THE SIMPLE WAY TO LEARN YORUBA

ÌDÒWÚ ỌBASA

All rights reserved.

Copyright © 2019 by Idowu Obasa

No part of this book may be reproduced or transmitted in any form or by any means, electronic or mechanical, including photocopying, recording, or by any information storage and retrieval system, without permission in writing from the publisher.

This edition contains the complete text

of the original hardcover edition.

NOT ONE WORD HAS BEEN OMITTED.

THE SIMPLEST WAY TO LEARN YORUBA

A Bad Creative Book / published by

arrangement with the author

BAD CREATIVE PUBLISHING HISTORY

The Simplest Way To Learn Italian published March 2019

The Simplest Way To Learn Spanish, published March 2017

UPCOMING WORKS

The Simplest Way To Learn Yoruba 2, 2020

ISBN: 9781696149082

Vol. 1

Vol. 2

ALSO AVAILABLE IN

- AUDIO
- HARDCOVER
- E-BOOK

FORMATS

For updates on the next book, or if you'd just like us to have a cup of coffee on your behalf, please support us on the facebook page www.facebook.com/BadCreativ3

SOCIAL #TheSimplestWay #LearnYoruba #BadCreativ3

CONTENTS

Chapter 1 - Basics
Chapter 2 - Food
Chapter 3 - Animals
Chapter 4 - Possessives
Chapter 5 - Clothing
Chapter 6 - Questions
Chapter 7 - Verbs
Chapter 8 – Preposition

Chapter 9 - Dates & Time

Chapter 10 - Family
Chapter 11 - Color
Chapter 12 - Occupation
Chapter 13 - Measures
Chapter 14 - Household
Chapter 15 - Adjectives
Chapter 16 – Determiners
Chapter 17 - Adverbs
Chapter 18 - Objects
Chapter 19 - Places
Chapter 20 - People
Chapter 21 - Numbers

Contact info

FOREWORD

While in school, we learnt stuff we probably don't use today. However, language is essential to almost every aspect of the human condition.

How do you expand your business beyond your continent for more sales? How are you going to express your love for the beautiful lady that just walked past? How do you get directions to the National Theatre in Lagos? With the knowledge of language, that's how.

This book contains a lexicon of some of the most used words in everyday Yoruba conversation. It makes use of the age-old learning techniques of repetition and rote memorization, to condition the brain for learning Yoruba as quickly as possible. In addition, an auxiliary feature called story mode has been included to aid the reader in a test for comprehension.

Finally, it should be noted that while this book will aid in a visual recognition and comprehension of words in the Yoruba language, students must also understand their proper pronunciations. To help with this, there is an accompanying audiobook that will be made available, to enable listening lessons.

And so, from the bustling city of Lagos, the city of commerce and all things fashionable, we present to you, The Simple Way To Learn Yoruba.

HOW TO USE THIS BOOK

1. This line is the training line (or T-Line if you prefer)

TRAINING TIME

It represents the end of a set of 25 words to memorize.

2. You are required to cover the right side of the book & attempt to translate the left side, off Hand.
3. Each correct translation carries 1 point. Words after the T-line but not up to 25, are considered as bonuses.
4. Do not proceed to the next batch until you have scored twenty-five points.
5. The story modes are designed to help you understand the usage of the words in sentences, so be sure to score high on the training, to fully comprehend the stories.

Now that you know the rules,
Let us begin.

Chapter 1
BASICS

Keywords : I, a, he, she, you, the, guy, girl, man, woman.

Àwọn	They/Those (referring to a person or people)
Omi	Water
Ápù	Apple
Ọmọkùnrin	Baby Boy
Ọmọbìnrín	Baby Girl
Ọ́kunrín	Boy/man/male
Obìrin	Girl/woman/female
Búrẹ́dì	Bread
Ọkùnrin ni mi	I am a man
Óbinrín naa jẹ ápù	The/that woman ate an apple
	The boy/man eats an apple
Òun ni	He/She is the one
Ọ̀dọ́mọkùnrin ni	He is a boy
Ọ̀dọ́mọbìbìrin ni	She is a girl
Mo mú	I drank
Mo mu	I took it
O mú	You drank
Mo jẹ́	I ate it
O jẹun	You ate
Ó jẹun	He/she ate
Mo jẹ Ṣúgà	I ate sugar
Ó ti n mu omi	He/she is drinking water
Obìrin ni'yín	You are a woman

TRAINING TIME

Awon Obirin	Women
Iwé	Book
Ìwé ìròyìn	Newspaper
Mo kàá	I read
Mo kọ́	I write

O kàá	You read
O kọ́	You write
Ó kàá	She reads
Ó kàá	He reads
A kọ́	We write
A mú	We drink
Ó kọ ìwé kan	He wrote a book
Ó mu omi	You drink water
A mu omi	We drink water
Ó un mu omi	She is drinking water
Ó ti n mu omi	He is drinking water
Ọmọkùnrin ni ìwọ	You are a boy
Ọmọ ni'wá	We are children
Ọkùnrin ni àwa/ni'wá	We are men
Obìrin ni àwa/ni'wá	We are women
Òdómọkùnrin ni wá	We are boys
Ọkùnrin ni ẹ́	You are a man
Ṣé a ma n mu mílíkì?	Do we drink milk?
À n mu mílíkì	We drink milk
À n mu omi	We drink water

TRAINING TIME

Àwọn	They
Àwa	We
Pẹ́	Late
Ní ọ̀sán	In the afternoon
Ẹ ǹ lẹ́ níbẹ̀ yẹn	Hello there!
Mo sọ	I said
O ṣeun púpọ̀	Thank you very much
Ó dàbọ̀	Goodbye
Ṣé ò lè sọ gẹ̀ẹ́sì?	Can you speak English?
James ni orúkọ mi, mo dẹ̀ lè sọ èdè Yorùbá	I am James and I speak Yoruba
Bẹ́ẹ̀ni, jọ̀wọ́ dárí jìmí	Yes, please forgive me

Èmi ni Tolú, mo lè sọ èdè gẹ̀ẹ́sì.	I'm Tolu, I can speak English
Sé èso ápù ni?	Is it an apple?
Ṣé ọkùnrin niwọ́n?	Are they men?
Sé obìrin niwọ́n?	Are they women?
Ọkùnrin niwọ́n	They are men
Obirin niwọ́n	They are women.
Ọ̀dọ́mọbìrin niwọ́n	They are girls
Wọ́n kàá	They read
Wọ́n kọọ́	They write

TRAINING TIME

A dúpẹ́	Thank you
Bẹ́ẹ̀ni	Yes
Ẹkáalẹ́	Good evening
Ẹ káàrọ̀	Good morning
Ó dáàrọ̀	Good night
Ó dàbọ̀	Goodbye
Rárá, o seun	No, thank you
Rárá	No
Jọ̀wọ́	Please
Má bínú	I am sorry
Ọmọkùnrin náà kọ̀wé	The boy wrote
Ó jẹ súgà	She eats sugar
Mo ní ìwé kan	I have a book
Ó ún mu ọtín	He is drinking beer
Mo fẹ́ràn rẹ	I like you
Mo fẹ́ràn àwọn obìrin	I like women

TRAINING TIME

Obirin ni àwa	We are women
Ọ̀dọ́mọbìrin niwọ́n	They are girls
Mo ní kọ́kọ́rọ́ kan	I have a key
Wọn kò dára	They are not good
Wọ́n kàá	They read

Wọ́n fẹ́ràn ọ̀pẹ̀ òyìnbó	They like pineapples
Ọmọkùnrin náà jẹ èṣo ápù	The boy eats an apple
Ẹni yi ka lẹ́ta yi	This person read this letter
Mo ka awọn ọ̀rọ̀ wọnyí	I read these texts
Ọmọbirin náà njẹ́ èṣo ápù	The girl is eating an apple
Ó ka awọn ọ̀rọ̀ wọnyí	He read these words
O nkowe	She is writing
Ó jẹ pòpétò	She eats potatoes
Wọn fẹ́ràn ọ̀gẹ̀dẹ̀	They like bananas
Arabinrin naa dara pupo	She is very good
Obìnrin ni gbogbo yín	You are all girls
Mo ti kọ ìwé kan	I wrote a book
Mo kọ́	I write
O ko iwe kan	He wrote a book
Ọ̀dọ́mọkùnrin na kọ lẹ́tà	The boy wrote a letter
Mo ka ìwé ìròyìn náà	I read the newspaper
Wọ́n ka ìwé kan	They read a book
Wọ́n kọ ìwé kan	They wrote a book

TRAINING TIME

A kàá	We read
A mú	We drink
Èmi nìkan l'ówà	I am alone
O ka ìwé kan	You read a book
A ka ìwé ìròyìn na	We read the newspaper
O ka ìwé kan	He reads a book
Anthony jẹ́ ènìyàn	Anthony is a person
Tolu kọ̀wé pe, Segun ka	Tolu wrote that, Segun read it

Ọla ka ìwé kan	Ola reads a book
Ẹkaarọ, báwo ni?	Good morning, how are you?
Obìrin ni mi, mo sì lè mu mílíkì.	I am a girl and I drink milk
O mu omi	You drink water
Kini ìdí tí o fi sọ bẹ	Why do I say that?
A ò fẹ́ òtá	We don't want an enemy
O beere o si dahun	She asked and answered
Tani ó gbégbá orékè	Who wins?
Mo gbọ́dọ̀ ní aago mẹ́fà	I must get up at six
Èyí jẹ́ àdéùn	This is a promise
Mo pọn omi kún ìgò náà	I filled the bottle with water
A se eyi	We do this
Emi lo se	I did it
Mo ti gbọ́	I heard
Mo fẹ́ wọn púpọ̀	I like them very much
O se iranlowo fun won	She helps them
Arakunrin mi nwa won	My brother looks for them

TRAINING TIME

STORY MODE

YORUBA

Ben: "Mo setan lati se ajodun pelu awon osere ni Ilu Eko. A nlo ni ola."
Tolu: "Se o ni gbogbo nkan ti o nilo?"
Ben: "Beeni."
Tolu: "Ojo melo le ma lo nibe?"
Ben: "A to osu meta si merin."
Tolu: "Eru wo lo ti di si inu àpò?"
Ben: "Mi o di eru pupo, aso die, omi, ati awon komputa."
Tolu: "Se o ti se eto pataki lori ibi ti o ma de si?"
Ben: "Kini ero e?"
Tolu: "Ibi ti o ma gbe, awon ibi ti wa ti jeun ati awon ibi ti o le sere lo."
Ben: "Rara, rara."
Tolu: "Ti o ko ba ni konputa rara sibesibe, o tun le duro si Hoteeli Wharf Palace. Ounje aaro je poku pupo ati pelu wara titun.
Fun ounje ati ohun mimu, o le sabewo si Acqua, aaye ti o wuyi julo ni Eko Atlantic. Won tun ni ogba nibiti o le joko ati mu pelu awon okunrin ati awon obinrin
Ni irole, o ye ki o lo si eti okun 'Lekki'. Nigbagbogbo egbe kan ti awon eniyan idunnu n wa akoko ti o dara.
Ni ipari, ti o ba fe ra awon ohun kan, o le lo si Oja Balogun. O sii ni ojo Satidee, sugbon opolopo awon onisowo n so Ilu Yoruba."
Ben: "Ko si wahala, Mo le ka die Yoruba. Mo tun le ko ede naa nigbati mo de."
Tolu: "Arabinrin re yoo ha ba o lo?"
Ben: "Beeni, awa yoo ko iwe kan papo."

Tolu: "Kini baba re?"
Ben: "Rara, oun yoo ni anfani lati ka awon iwe iroyin ni ile."
Tolu: "O dara, mase gbagbe nipa wa ki o mu awon ohun elo die pada wa."
Ben: "Mase yo ara re lenu, Emi yoo fi leta ranse si imudojuiwon re."
Tolu: "O seun, Emi yoo dupe pupo."

ABCDEFGHI
JKLMNOPQ
RSTUVWXY
Z

ENGLISH

Ben: "I'm ready to party with the players in Lagos. We're leaving tomorrow."

Tolu: "Do you have everything you need?"

Ben: "Yes."

Tolu: "How much time will you spend there?"

Ben: "About three to four months."

Tolu: "What have you packed in your bag?"

Ben: "Not much, some clothes, water and computers."

Tolu: "Have you made the necessary plans for your arrival?"

Ben: "What do you mean?"

Tolu: "A place to live, places to eat, places to go."

Ben: "No, not really."

Tolu: "If you haven't booked a place yet, you can still stay at the Wharf Palace Hotel. Breakfast is very cheap and includes fresh milk.

For food and drinks, you can visit Acqua, a very nice place in Eko Atlantic. They also have a garden where you can sit and drink with men and women

In the evening, you should go to 'Lekki' beach. There is always a group of happy people looking for a good time.

Finally, if you want to buy items, you can visit Balogun Market. It is open on Saturday, but most traders speak Yoruba."

Ben: "No problem, I can read a little Yoruba. I can also learn the language when I arrive."

Tolu: "Will your sister go with you?"

Ben: "Yes, we will write a book together."

Tolu: "What about your father?"

Ben: "No, he will be able to read newspapers at home."

Tolu: "Well, don't forget about us and bring back some souvenirs."

Ben: "Don't worry, I'll send letters to update you."

Tolu: "Thank you, I will be very grateful."

1 2 3 4 5 6 7 8 9
10 11 12 13 14 15
16 **17 18** 19 20 21
22 23 24 25 26
27 28 29 30 31

Chapter 2

FOOD

Keywords : Chocolate, fruit, carrot, food, beer, bottle, coffee, breakfast, cut, eat, cook.

Eso	Fruit
Forki	Fork
Ebi	Hunger
Ounje	Food or meal
Ounje aaro	Breakfast
Ounje osan	Lunch
Ounje ale	Dinner
Igo	Bottle
Gilasi	Glass
Ora	Nylon
Ife	Cup
Ike	Bowl
Akara oyinbo	Cake
Oti	Beer
Adiye	Chicken
Eyin	Egg
Elerin dodo	Beverage
Wara	Cheese
Karooti	A carrot
Obe	Sauce / Stew
Eso ajara	Fruits at the backyard
Mu	To drink

TRAINING TIME

Eja	Fish
Wara	Milk
Kofi	Coffee
Asayan	Menu

Awo	Plate
Ogede	Banana
Agbon	Coconut
Mo je chocolate	I eat chocolate
Omokunrin naa je awon biskiti	The boy eats cookies
Mo je wara didi yinyin	I ate Chocolate ice cream
Mo n je ounje osan	I am having lunch
Mo se ounje osan	I make lunch
Ko ti kan	It is not sour
Jam naa ni itowo kikan	The jam has a sour taste
Mo se eran	I cooked meat
Eyi ni ibi idana	This is a kitchen
Mo mu igo kan	I drank a bottle
O mu wara	You drink milk
O mu kofi	You drink coffee
O je eja	You ate fish
Eniyan yii ni orita	This person has a fork
Mo je eran sise	I eat fried meat
A ma n jeun	We eat
A je ounje aaro	We had breakfast
Alase ni bota	The chef has butter

TRAINING TIME

Obinrin naa je eja	The woman ate fish
Mo je ounje ale	I had dinner
Eja naa wa fun ounje ale	The fish is for dinner
Nko je wara-kasi	I did not eat cheese
Won je eja	They ate fish
Alapata ge maalu	The chef slaughtered cow
Mo ge eso naa	I cut the fruit
O le se onje	He/She cooks

Mo se eja	I cooked fish
Arabinrin naa ge karooti	The woman cuts carrots
Mo se adie	I cooked chicken
Ipara naa ti n yo	The cream is melting
Ope oyinbo ati oti oyinbo	Pineapple and beer
Mo ge buredi naa	I cut the bread
Ounje	food
Suwiti	candy
Mo je eso	I ate fruit
On je ewa	He/She eats beans
Lemonu	Lemon
Osan	Orange
O je ogede	He/She ate bananas
Mo je akara oyinbo didun	I ate a sweet cake
Mo je eran asun	I eat steak
Won je jam	They ate jam

TRAINING TIME

Elede	Pork
Alubosa	Onion
Iyo	Salt
Suga	Sugar
Obe	Soup
Iresi funfun	White rice
Ile-ounje	Restaurant
Tomati	Tomato
Odunkun	Sweet Potato
Mo gbin poteto	I planted potatoes
Mo je Jam	I ate jam
Arakunrin na mu lemonade	The man drank lemonade
alase se eran elede	The chef cooked pork meat

Mo ni ohunelo kan ninu iwe naa	I have a recipe in the book
O mu epo	She drank palm oil
Emi ko mu epo	I did not drink palm oil
Emi ko ni ata	I do not have pepper
A je pasita	We ate pasta
Mo se poteto	I boiled potatoes
Eyi ni san-wishi kan	This is a sandwich
O je saladi	He/she ate salad
Onje ni soseji	Sausage is a meal

TRAINING TIME

Ibi idana	Kitchen
Eran malu	Cow Beef
Waini	Wine
Oje eso	Fruit juice
Barbecue	Barbecue
Eroja ni iyo	Salt is an ingredient
A je ounje ni ile ounje	We ate at the restaurant
Eyi je Toki	This is a turkey
Awon Tara je ounje osan ni ile ounje	Tara and others had lunch at the restaurant
Omokunrin naa ni ounje osan	The boy has lunch
Obinrin naa jeun ale	The woman ate dinner
Mo je tomati kan	I ate a tomato
alase ni onje osan	The chef has lunch
Emi ki se oluso	I am not a waiter
A mu oje eso	We drink fruit juice
O ge akara	He/she cuts a bean cake
O ka akojo asayan	He reads the menu

O je Ogede	He ate banana
Se ebi n pa e?	Are you hungry?
Se o feran karooti?	Do you like carrots?
Mo se, O je	I cook and you eat
Mo je eyin	I ate egg
O ko je ajewebe	He is not vegetarian
Oluwanje se olu	The chef cooked mushrooms

TRAINING TIME

Obe	Knife
Sibi	Spoon
K'oro	Bitter
Lemon kan	A lemon
R'oko	Farm
O je efo	He/she ate vegetables
Olutoju ni waini	The waiter has wine
A je olu	We ate mushrooms
Mo je eja	I ate fish
Omobinrin naa n mu tii	The girl is drinking tea
Ebi npa omobinrin na	The girl is hungry
eroja ni Jam	The ingredient is jam
Ohun itowo ko dun	The taste is not sweet
itowo naa dun	The taste is sweet
O je yinyin	You eat ice
Omokunrin naa je warankasi	The boy eats cheese
Mo fe ran akara oyinbo	I like cake
Mo fe ran saladi ati ororo	I like salad and oil
A je ope oyinbo	We ate pineapple
A je apple	We ate an apple
Se on mu kofi?	Do you drink coffee?

O ni omi	He/she has water
O ni eso apple	He/she has an apple fruit
O je ege akara kan	He ate a piece of bean cake

TRAINING TIME

Omobinrin naa je eso	The girl ate fruit
Arabinrin naa gbadun pasita a la ta	The woman enjoyed pepper pasta
Se o je poteto?	Did you eat potatoes?
Omobinrin naa n mu oje osan	The girl is drinking orange juice
Awon omobinrin naa je iresi	The girls ate rice
Awon okunrin feran iresi ati ata	Men like rice and stew
Mo ni iwe kan	I have a book
Mo feran chocolate	I like Chocolate
O feran lati se Chocolate pelu ata	He likes to make Chocolate with pepper
O feran lati mu tea	He likes to drink tea
A je awon ounje ipanu	We ate snacks
Wara ti wa ni sise	Milk is boiled
Ounje dara	Food is good
O mu lemonade	He drank lemonade
Ounje ni eyi	This is a meal
Ounje re!	This is food!
Emi ko mu	I did not drink

O koo pelu idunu	He wrote happily
oti waini na dara pupo	Very good wine
Mo je suga	I eat sugar
Se on je eso igi?	Do you eat tree fruits?
Mo feran eran asun	I like steak

TRAINING TIME

Rara, Temi kii je eja	No, Temi does not eat fish
Victoria je iresi	Victoria eats rice
Mo se eja	I cooked fish
osan je iru eso kan	Orange is a kind of fruit
Tunde je eso	Tunde ate fruit
Rara, Tunji ko muu	No, Tunji doesn't drink
Tomati leyi	This is a tomato
Mo je pasita	I eat pasta
Mo se pasita	I cook pasta
Awon omobirin je eso	Girls ate fruit
A mu oje eso	We drink fruit juice
Beeni, tomati kan	Yes, a tomato
Omobinrin a jeun eso igi	The girl eats strawberries
Rara, kii se iru eso didun kan, o je tomati kan	No, it is not a strawberry, it is a tomato
Daniel ko je awon eso strawberries	Daniel does not eat strawberries
Ola ko ni obe soyi	Ola does not eat soy sauce
Tii, omi, suga	Tea, water, sugar
Mo jeun awon ounje ipanu	I eat sandwiches
A je awon eso strawberries	We eat strawberries

Eyi ni san-wiis kan	This is a sandwich
O je ounje ipanu kan	You eat a sandwich

TRAINING TIME

Omokunrin naa jeun strawberries	The boy eats strawberries
Beeni, Kunle je ajewebe	Yes, Kunle is vegetarian
Kemi je ajewebe, kii je eja	Kemi is a vegetarian, she does not eat fish
Mo je ajewebe, Emi kii je adie	I'm vegetarian, I don't eat chicken
Mo se eja	I cook fish
Tomati, alubosa, bimo	Tomato, onion, soup
Awon eyin, warankasi	Eggs, cheese
Mo se eran	I cook meat
Ounje osan	Lunch
Mo n je ounje osan	I am having lunch
Mo un eran	I eat meat
Eja, eran, adie	Fish, meat, chicken
Awon eyin, adie, iresi	Eggs, chicken, rice
Nko fe je saladi	I don't want to eat lettuce
Eso wa	Our grapes
Okan karooti ati apple kan	One carrot and one apple
Bimo naa wa fun Tunde	The soup is for Tunde
Nko fe salasi ninu saladi mi	I do not want lettuce in my salad

TRAINING TIME

Karooti	Carrot
Ope oyinbo	Pineapple

Rara, won kii se àjàrà	No, they are not grapes
Beeni, olu je pupa	Yes, mushrooms are red
O mu omi tabi wara	She drinks water or milk
Saladi, olu, karooti	Salad, mushroom, carrot
Olamide un jeolu	Olamide eats mushrooms
Cecilia ati Tolu je ajewebe	Cecilia and Tolu are vegetarians
Tunde ati emi je eran	Tunde and I eat meat
Emi ati Bukola kii mu oti	Bukola and I do not drink beer
Mo fe olu kan ninu saladi	I want a mushroom in a salad
O je ogede kan	She ate a banana
Akara oyinbo	Cake
Se o nilo agbado die sii?	Do you need more corn?
Ti emi ko ba se, emi ko je	If I don't cook, I don't eat
Mo fe ogede kan	I want a banana
Se ope oyinbo niyi?	Is it pineapple?
Mo fe ogede die si	I want more bananas
Mo je nitori pe o je	I eat because you eat
Obe, tomati, alubosa	Sauce, tomato, onion

TRAINING TIME

Ounje	Meal
ewa	Beans
Olu	Mushroom
Ope oyinbo ni tiwa	The pineapple is ours
O nje ogede	She is eating a banana

Toki kii se tiwa	The turkey is not ours
Se o nilo awon oro yinyin die?	Do you need more ice cubes?
Nko je pasita	I do not eat pasta
Emi ko fe toki, o seun	I do not want turkey, thank you
Mo ka akojo asayan nigbati mo jeun	I read the menu when I was eating
Eyi ni oro yinyin, kii se suga	This is ice, not sugar
Bota ati ororo	Butter and oil
Epo ati iyo	Oil and salt
Se oun je ata?	Do you eat pepper?
Mo fe pasita laisi warankasi	I want pasta without cheese
Paapa ti ko ba mu oti, o ma mu	Even if she does not drink beer, she will drink
Segun je iresi pelu warankasi	Segun eats rice with cheese
Eso	Fruit

TRAINING TIME

STORY MODE

YORUBA

Ben: "Kini a ni fun ounje aaro?"
Tolu: "Akara oyinbo karooti."
Ben: "Se saladi ni?"
Tolu: "Rara, eyi ni akara oyinbo gidi kan. O ti se pelu Karooti"
Ben: "Iyen dabi enipe imoran ti o dara. Mo feran lati je akara oyinbo pelu awon banas, oranges, eso igi gbigbe oloorun tabi ope oyinbo ... bi o se je ounje osan?"
Tolu: "Iresi ati eja pelu obe ata."
Ben: "Rara, Emi ko fe iyen. Kini ohun miiran wa ninu firiji?"
Tolu: "Ko si nkankan bikose die ninu awon tomati, adie, warankasi, alubosa ati die ninu awon eyin. Mo tun nilo lati ra awon ohun kan."

ENGLISH

Ben: "What do we have for breakfast?"

Tolu: "Carrot cake."

Ben: "Is it a salad?"

Tolu: "No, this is a real cake. It is made of carrots."

Ben: "It looks delicious. I want to eat a cake made of bananas, oranges, strawberries or pineapple... how about lunch?"

Tolu: "Rice and tuna, garlic sauce."

Ben: "No, I don't want that. What else do you have in the fridge?"

Tolu: "Nothing but some tomatoes, chicken, cheese, onions and some eggs. I still need to buy some items."

Chapter 3

ANIMALS

Keywords : Whale, elephant, wolf, cow, insect, cat, snake, duck, shark, fly, ant, animal.

Maalu	Cow
Esin	Horse
Eye	Bird
Ijapa	Tortoise
Kiniun	Lion
Aja	Dog
ologbo	Cat
erin	Elephant
Pepeye	Duck
alantakun	Spider
Ehoro	Rabbit
Elede	Pig
Obo	Monkey
Maalu kan	A cow

TRAINING TIME

O ni ologbo kan	She has a cat
Ikooko kan ni yii	This is a wolf
Iwo ni ekun	You are a tiger

TRAINING TIME

Aja mu omi	The dog drinks water
Awon malu mu wara	The cows drink milk
O nran mu omi	A cat drinks water

O nran mu wara	The cat drinks milk
Erin mu wara	Elephants drink milk
Awon eiye nje eso naa	The birds eat the fruit
Arakunrin kan jeun ogede kan	A monkey eats banana
Awon malu mu omi	The cows drink water
Alantakun kan mu omi	A spider drinks water
Labalaba ni mi	I'm a butterfly
kokoro ni mi	I'm an insect
Ejo je eku	Snakes eat rats
Mo ni oyin	I have a bee
Omobinrin naa ba awon Amotekun soro	The girl talks to the tiger
Ikooko naa ba arabinrin naa soro	The wolf talks to the girl
Ejo naa so fun omo naa lati soro	The snake told the child to speak
Awon Amotekun je buredi	Tigers eat bread

TRAINING TIME

STORY MODE

YORUBA

Ben: "Mo dupe lowo re ti o mu mi wa si ile eranko zoo, opolopo awon eranko lo wa nibi. Mo le rii kiniun, esin, erin, obo, beari, ehoro ati awon eiye."

Tolu: "Wo wa nibe, eni nla ni a pe ni tarantula, ati ninu omi, awon ijapa nla wa, awon pepeye ati eja."

Ben: "Se awon penguins wa?"

Tolu: "Mo seyemeji re, Penguin je eranko Arctic, nitorinaa o see se lati wa ni awon ile olomi."

Ben: "O mo pupo nipa awon eranko, se o ni ohun osin ni?"

Tolu: "Ko si mo. Ni **igbakan** Mo ni asin, lehinna elede kan, sugbon arabinrin mi je e. Lehinna aja kan wa ti o feran lati lepa nran aladugbo re, sugbon o saisan o si ku."

Ben: "Ewo ni awon ayanfe re?"

Tolu: "Awon eranko ti Mo feran ti o dara julo ni awon eyiti Mo le je tabi mu, paapaa awon adie ati malu. Awon ti mo korira pupo julo ni awon ejò ati awon oyin oyin."

ENGLISH

Ben: "Thank you for taking me to the zoo, there are so many animals here, I can see lions, horses, elephants, monkeys, bears, rabbits and birds."

Tolu: "Look there, that giant spider is called the tarantula, and in the water, there are big turtles, ducks and dolphins."

Ben: "Are there also penguins?"

Tolu: "I doubt it, the penguin is an Arctic animal, so it's more likely to be in the frozen regions."

Ben: "You know a lot about animals, do you have a pet?"

Tolu: "No more. Once I had a mouse, and then a pig, but my sister ate it. Then there was a dog that loved to chase the neighbor's cat, but it got sick and died."

Ben: "Which animals are your favorites?"

Tolu: "The animals I like best are the ones I can eat or drink, especially chickens and cows. The ones I hate the most are snakes and bees."

Chapter 4

POSESSIVES

Keywords : My, yours, hers, mine, ours.

Kii se temi.	It's not mine.
Mo je ounje ipanu mi.	I eat my sandwich.
ologbo mi n mu wara.	My cat drinks milk.
Emi ni mo ni aja yi.	This dog is mine.
Arabinrin mi ni.	She's my girlfriend.
Ologbo yii kii se temi.	This cat is not mine.
Se tire ni?	Is it yours?
Aa mu tire.	We'll drink yours.
O ni awo re.	He's got your plate.
Mo n je tire.	I'm eating yours.
Iyo re.	Your salt.
Emi yoo je ounje ipanu re.	I'll eat your sandwich.
Esin re je iresi	His horse eats rice
Mo ni igo re.	I have his bottle.
Labalaba re.	Your butterfly.
Epo naa ni tire.	The oil is his.

TRAINING TIME

Eran náà je oúnje re	The animal eats its food
Eyi ni tiwa	This is ours
Esin ki ise tiwa	The horse is not ours
Awon oyin ni tiwa	The bees are ours
Ologbo naa ni tiwa	The cat is ours
ologbo re jeeku	His cat eats mice
Mo ni maalu wa	I have our cow
Obe re ko ni ge	Your knife does not cut
Ologbo wa ko mu omi	Our cat does not drink water
O ni ologbo tire	He has his own cat
Obinrin naa ni awon gilaasi re	The woman has your glasses

A je akara oyinbo wa	We eat our cake
Nko ri igo re	I don't have your bottle
Awon eranko nje ounje tire	The animals eat their own food
	The boy is eating his own cookies
Eran re je eran die sii	Your animal eats more meat
Baba mi mu oti-waini	My dad drinks wine
Apple je tiwa	The apple is ours
Beeni, owo mi ni temi	Yes, this money is mine
Mo fe buredi mi	I want my bread

TRAINING TIME

STORY MODE

YORUBA

Aso yii da bi temi. Arabinrin naa so.
"Opolopo awon aso ti o wa ni fipamo ni o jora pupo. Wò o, eyi je oja teere pupa kan ati pe tire je bulu." Arakunrin naa dahun.
Wo okunrin yen fun apeere. O tun ra nkan ti o jora fun omobirin re, sugbon tire wa ninu apo kan."
Obinrin naa so pe: "O to, mo loye."

ENGLISH

"This dress looks like mine." The sister said.

"Most of the clothes in store are very similar. See, this is a red ribbon and yours is blue." The brother replied.

Look at that man for example. He also buys something similar for his daughter, but yours is in a bag."

The woman said: "You're right, I understand."

Chapter 5

CLOTHING

Keywords : Uniform, jewelry, clothes, sweater, dress.

Pátá	Pants
Dii	Tie
Bẹliti	Belt
Aṣọ	Clothing
bata	Shoes
Awon aso	Clothes
apamowo	Handbags
Salu bàtà	Sandals
Apo	Pocket
Awon bata mi	My shoes
O ni aso mi	He has my cloth
Aso mi	My shirt
Mo ni beliti re	I have your belt
Awon sokoto mi	My trousers
Mo ni yeri kan	I have a skirt
Mo ni awon bata re	I have your shoes
Obe wa ninu bata naa	The knife is in the shoe

TRAINING TIME

Aso	Coat
Jaketi	Jacket
Bata	Boot
Apamowo naa je tiwa	The wallet is ours
Mo ni apamowo mi	I have my wallet
Mo ni awon ohun ẹsọ	I have jewelry
O ra awon bata	She buys boots
Awon bata alawo bulu	Blue shoes
Awon ibowo je tire	The gloves are yours
Okunrin naa ni apamowo	The man has a leather wallet
salubata leleyi	This is a sandal
Awon ibose re	His socks

Eyi je yeri	This is a skirt
Asotele re je pupa	Her skirt is red
Aso wa	Our shirt
O nilo yeri funfun kan	You need a white skirt
Aso yii ni tire	This dress is his
Iwe yii je dudu	This book is black
O je eran pupa	He eats red meat

TRAINING TIME

STORY MODE

YORUBA

Tolu: "Awon bata bee rewà, won dabi pe won gbowolori pupo."
Ben: "Beeni, Mo nilo awon aso tuntun, nitorinaa Mo lo rajaja."
Tolu: "Iyanu! kini ohun miiran ti o ra?"
Ben: "Akoko, Mo ra aso tuntun fun ise ati beliti alawo ti Mo n wa fun igba ooru to koja. Lehinna Mo ra awon sokoto, aso funfun kan, aso kan fun iya mi ati awon seeti fun baba mi.
Bi mo se nlo, Mo rii awon bata orunkun labe awon aso ewu obirin, ati pinnu lati gba won fun o, pelu kan siweta."
Tolu: "O seun pupo, Mo dupe lowo re."

"Oni je afefe pupo." Miss Azizat so bi won se lo kuro ni Ile Itaja.

"Eyi ni ami pe ooru ti pari." Lanre dahun.

"Mo fe pe mo ni jaketi kan ati bata ibose kekere kan."

"Mo ro pe Mo ni awon ibose die ninu apo mi." Ogbeni. Lanre so.

"Mase yo ara re lenu, Mo le ra okan ninu ile itaja aso miiran yen, Mo le rii die ninu awon gilaasi ti o dara fun tita ni window!"

ENGLISH

Tolu: "Those shoes are very beautiful, they seem expensive."
Ben: "Yes, I needed new clothes, so today I went shopping."
Tolu: "Fantastic! what else did you buy?"
Ben: "First, I bought a new dress for work and the yellow belt I was looking for last summer. Then I bought pants, a white dress, a coat for my mother and a pair of shirts for my father. As I left, I saw the boots under a pair of skirts, and decided to get them for you, along with a sweater."
Tolu: "Thank you very much, I appreciate it."

"Today is very windy." Miss Azizat said as they left the mall.

"This is a sign that summer is ending." Lanre answered.

"I wish I had a jacket and a pair of socks."

"I think I have some socks in my bag." Mr. Lanre said.

"Do not worry, I can buy one in that other clothing store, I can see some good glasses for sale at the window!"

Chapter 6

QUESTIONS

Keywords : What, where, who, why, how many.

Ibeere.	Question.
Tani?	Who?
Kilode?	What?
Nibo?	Where?
Elo ni eyi je?	How much does this cost?
Awon omobirin melo ni o jeun?	How many girls eat?
Elo ni akara ni o je?	How much bread do you eat?
Elo ni eran?	How much meat?
Awon omokunrin melo lo je eja?	How many boys eat fish?
Aja wo ni	Which dog?
Bawo?	How?
Bawo ni o se ko?	How do you write?
Tani o ka?	Who reads?
Kini e?	What is it?
Kini eleyi?	What's this?
Ewo ni?	Which one?
Nibo ni ejo na wa?	Where's the snake?
Ibo ni o se se?	Where's the cook?
Ibo ni zoo wa?	Where is the zoo?
Ewo ni?	Which apple?
Tani omodekunrin yii?	Who is this boy?
Tani Femi?	Who is Femi?
Tani e?	Who are you?
Kini o n ka?	What are you reading?
Tani o mu wara?	Who's drinking milk?

TRAINING TIME

Mo toro gafara	Excuse me
Awon okunrin wo ni o ka iwe iroyin naa?	Which men read the newspaper?
Omo wo ni?	Which boy?
Kini mo?	What am I?
Ewo ni iwe re?	Which one is your book?
Kini idi ti o fi pe?	Why is he late?
Iru ijapa wo ni?	Which turtles?
Kini isoro re?	What's your problem?
O ka ibeere naa.	He read the question.
Awon iwe melo ni a ni?	How many books do we have?
Kini isoro naa?	What's the problem?
Ibeere re ko ni idahun.	Your question has no answer.
Ibo lo wa?	Where are you?
Nigbawo ni o je?	When do you eat?
Idahun mi ni rara.	My answer is no.
Idahun si je beeni.	The answer is yes.
Lati igba wo?	Since when?
Tani owa pelu?	Who are you with?
Omo odun melo ni?	How old is he?
Awon omobirin melo ni o jeun?	How many girls eat?
Mo ni ibere kan.	I have a question.

TRAINING TIME

STORY MODE

YORUBA

"Kaabo, omidanDerin! Eyi ni Ola Dipo, onimoran lori iwadii ounje. Loni, Emi yoo fe lati beere lowo re awon ibeere die ti o ko ba fiyesi."

"Beeni, lo siwaju."

"E dupe."

"Ibeere akoko, se o jeun ni igba meta lojumo?"

"Beeni."

"Nigba wo ni o kere si rilara ebi npa?"

"Ni owuro, eyi ni idi ti Mo fi padanu ounje aaro."

"Nibo ni o ti jeun ounje aaro?"

"Nibi ise."

"Kini o nife, eyin ati eran tabi awon ounje ipanu?"

"Awon eyin ati ngbe, Emi kii se ajewebe."

"Bawo ni o se fe awon eyin? Jinna tabi sisun?"

Jinna. Ni awon akoko, Mo feran lati din-din."

Iru eyin wo ni o ra?"

"SW."

"Awon apoti melo ni o ra fun osu kan?"

"Meje."

"Elo ni apoti kan?"

"Awon dola mewa."

"Se o ri awon ifihan TV eyikeyi nipa awon eyin?"

"Beeni. Mo feran ona ti o rorun lati se awon eyin."

"O seun fun akoko re."

ENGLISH

"Hey, Miss Derin! This is Ola Dipo, an advisor on food research. Today, I would like to ask you a few questions if you don't mind."

"Yes, continue."

"Thank you."

"First question, do you eat at least three times a day?"

"Yes."

"When you feel hungry the most?"

"In the morning, this is why I never missed breakfast."

"Where do you eat breakfast?"

"At work."

"What do you like, eggs and meat or vegetarian sandwiches?"

"Eggs and ham, I'm not a vegetarian."

"How do you like eggs? Cooked or fried?"

"I like to boil. Other times, I want to fry."

"What brand of eggs do you buy?"

"SW."

"How many boxes do you buy for a month?"

"Seven."

"How much is a box?"

"Ten dollars."

"Do you see any egg cooking show?"

"Yes. I like the easy way to cook eggs."

"Thank you for your time."

Chapter 7

VERBS

Keywords : I can, walk, do, like, stay, I understand.

Mo mu	I drink
Bawo ni o se wa?	How are you?
Mo fe bimo tomati kan	I want a tomato soup
Tani o wa si ile-ounje?	Who came to the restaurant?
O se ounje ipanu kan	You make a sandwich
A ni ibi idana	We have a kitchen
Won ni awon iwe	They have books
Mo ni obe kan	I have a knife
Eniyan ni won	They are men
Mo je obinrin kan	I am a girl
Melo ninu yin lo wa?	How many of you are there?
Omokunrin ni wa	We are boys
Arakunrin na ti lo	The man is gone
Emi ko mo	I do not know
Emi ko le rii omobirin naa	I can't find the girl
Mo mo awon obinrin wonyi	I know these women
Omokunrin naa kí	The boy greets
O mu suga mi	She took my sugar
Kofi n bo	The coffee is coming
Arabinrin na n soro	She speaks
O so pe	He said
Mo beere eran asun	I ask for a steak

TRAINING TIME

O wo awon bata mi	She is wearing my shoes
Nko fi suga sinu tii	I don't put sugar in tea

Won ko ronu	They do not think
Awon okunrin naa ronu	The men think
Nigbawo ni buredi naa de?	When does the bread arrive?
Emi ko loye idi	I don't understand why
Awon eranko si wa ninu zoo	The animals remain in the zoo
A gbo eye yii	We heard this bird
Nibo ni o ti je buredi?	Where do you eat bread?
A gbagbo	We believe
O fi omokunrin sile	She left the boy
Mo lo sibi kan	I use a spoon
Bawo ni won se gbe?	How do they live?
O jeun	You eat
O sise	You work
O duro	You wait
O mu	You drink
se o ti wole	Did you enter?
O sii iwe naa	You open the book
O pari ounje ale re	He finished his dinner
Bawo ni o se pari akara oyinbo naa?	How do you finish the cake?
A pari akara oyinbo naa	We finish the cake

TRAINING TIME

Obinrin naa je eja	The woman atefish
A mu	We drink
O soro si Femi	You talk to Femi
O nilo kini?	You need what?
A duro de oti oyinbo	We wait for the beverage
Mo fe iwo	I need you
Mo nilo esin kan	I need a horse
Mo so	I speak

Arabinrin naa koja okunrin naa	The woman passes the man
Won nilo aso	They need clothes
O nilo aso awoleke kan	She needs a coat
Omobinrin naa duro de ounje osan	The girl waits for lunch
O soro si Sara	You talk to Sara
A nilo re	We need you
A ko so	We do not speak
Ko rii awon botini re	She does not find her keys
O de ejo na	He arrives with the snake
A fe awon ope oyinbo	We like pineapples
O mu awon poteto	He brings potatoes
O mu buredi	He brings bread

TRAINING TIME

A tele o	We follow you
O rin	She walks
Mo dariji e	I forgive you
Won feran kofi	They like coffee
Arabinrin naa ti woso	The girl is dressed
Arakunrin naa wa labe re	The man is under him
O feran awon eranko	He likes animals
O duro	She stopped
O gbiyanju	He tried
Ipadabo mi wa nitosi	My return is nearby
Ebi npa kiniun	The lion feels hungry
Won ri sibi naa	They found the spoon
A dé	We arrive
da esin na duro	Stop the horse
A wo akojo asayan	We look at the menu
Won sii iwe naa	They opened the book

Won fe awon eso apple	They like apples
Mo le sii	I can open
O sanwo	He paid
Omokunrin naa gbagbe lati mu ayipada pada	The boy forgot to bring change
O ti lo	He is gone
O ra awon bata	She buys shoes
O si fun u ni kaadi	He gave him the card
O sun ati pe o pese ounje	He sleeps and I cook

TRAINING TIME

Ni	Have
Ko	Write
Mo sare	I run
O sare	You run
Mo sun	I sleep
Won sanwo	They pay
A sùn	We sleep
Mo n sere pelu Victor	I play with Victor
Emi ko ra saladi	I do not buy salad
Won n sere	They play
A mu pelu awon esin	We play with horses
O n ka iwe kan	She is reading a book
	The man wins a belt
Omobinrin naa beere	The girl asks
Mo fi aso-oso mi han	I show my costume
O safihan akowe naa	She introduced the secretary
O safihan iyaafin yii	He introduced this woman
Ko si wa	He does not exist
Won han ni ale	They appear at night
Omobinrin naa n bimo	The girl tries soup

O fun kofi si oludari	You give coffee to the director

TRAINING TIME

Mo nireti iwe kan	I dream of a book
O fun awon alubosa	He produces onions
Won se itowo iresi	They taste rice
Awon omo ile-iwe se afihan ise won	Students show their work
Won gbe awon buredi	They produce bread
Eyi je faramo	This is very familiar
O gbekele awon ebi re	She relies on her family
O wa iya re	She searches for her mother
Ounje osan bere ni iseju kan	Lunch starts in one minute
Oun ko ka	He does not count
Mo bowo fun awako naa	I respect the driver
Awon bata be ko bamu	The shoes are not suitable
Akoko ipari maa pari ni ojo Jimo	Deadline ends on Friday
A gbekele o	We rely on you
Mo bere loni	I started today
Won dabi enipe	They seem natural
A bowo fun iran re	We respect your generation
Ibuwolu re	Her signature
Kilode ti o ko wa wole?	Why don't you come in?
On lo iresi	He serves rice
Ilekun ko tii si	The door does not close
Egbe naa da lori ayaworan ile	The party depends on the architect
A ji ibusun naa	We stole the crib

Ko se pataki nigbati o ba wa	It doesn't matter when you come
Won fowo si iwe naa	They signed the book

TRAINING TIME

Omokunrin naa pa ferese de	The boy closes the window
Won se agbekale eto re	They import your structure
Ni ibo ni mo ma fowo si?	Where do I sign?
On o sin kofi	He serves coffee
Ilekun ko tii si	The door is not closed
O yan iwon naa	You choose the size
Ti o ba gbo ti o	If he hears you
Aja kan wa ninu ile	There is a dog in the house
O fi idahun sile	He submitted an answer
Se o joko lori ile?	Are you sitting on the floor?
Omo mi nko ni iyara	My child is learning quickly
A yipada si oluko	We turn to the teacher
Mo gbo si e	I listen to you
Se won ko gbo?	Do they not listen?
Arabinrin mi ko awon awo	My sister learns colors
Omobinrin kan dahun	One girl answered
O n paro	You are lying
O salaye ile-ise yii	He explained this industry
Se o feran eso alubosa tabi ogede?	Do you like apples or bananas?
Emi ko puro	I don't lie
Mo fun oje	I give him juice
Awon eranko ko paro	Animals do not lie

Mo gbe firiji	I move the refrigerator
Awon omokunrin dagba	The boys grow
Omo naa kigbe	The baby cries

TRAINING TIME

Mo gba	I agree
A gba	We agree
Mo korin	I sing
Mo fo	I fly
Mo ko eko	I learn
O rerin	He laughed
Ola, mo se alaye idi	Tomorrow, I explain why
A ko ebi kan	We build a family
A dupe lowo adajo naa	We thank the judge
Won keko ni osan	They study in the afternoon
O ngbe ni ile nla kan	She lives in a big house
A lu okunrin kan	We hit a man
Akowe pese kofi	The secretary provides coffee
Obe lu ogiri	The knife hit the wall
Ile nla ni won gbe	They live in a big house
Obe pa okunrin kan	The knife killed a man
Mo ro be	I think so
Iya naa ko omo re	The mother teaches her child
Mo fi ounje ranse	I send food
Arabinrin naa ji	The woman woke up
O wo awon eiye	He looks at the birds

TRAINING TIME

Won seto tabili naa	They set the table

Awon bata naa se ipalara fun omobirin naa	The shoes hurt the girl
O seto tabili naa	She set the table
O pese ounje	He provides food
Mo se itoju baba mi	I take care of my grandfather
O se idanileko funomodekunrin yii	He trains this boy
Awon eiye fò ninu iyewu	Birds fly in the bedroom
A sunkun bi awon omo-owo	We cry like babies
O fi botini sinu apo re	He put the key in his pocket
O ma kawe li osan ati ale	He studied day and night
Se o fe iresi tabi buredi?	Do you like rice or bread?
Iya fi owo bo omo naa	The mother wraps the baby in a blanket
Idile naa pe onkowe si ounje ale	The family invited the writer to dinner
Kini o ri?	What do you see?
A se	We cook
A kì í sùn	We do not sleep
Se o ri won	You see them
Won sun de osan	They postponed lunch
Rara, o ko lo	No, you don't go
Nko sanwo	I do not pay
Won kùnà	They failed
A kuna ni opolopo igba	We failed many times
Mi o kuna	I did not fail

TRAINING TIME

Nibo ni won toju iyo?	Where do they keep the salt?
O ro pe eniyan ni wa	He thinks we are human
Awon arabinrin gbe digi naa	The sisters move the mirror
Awon ayaworan lo atupa	The architect moves the lamp
Mo fi ororo kun igo naa	I filled the bottle with oil
O ngbe ninu ile mi	She lives in my house
O dara si akojo asayan	She improved the menu
O n gbe akaba	She is carrying a ladder
Won se awon eyin	They cook eggs
O je ounje osan	He had lunch
Nko le gbo	I can not hear
Won gbe awon iwe	They carry books
Awon eiye ko le we	Birds can't swim
Ko gun esin	She does not ride horses
O se itoju awon eranko	He takes care of animals
Won ni awon iwe	They have books
O pese ounje	You provide food
Awa ko sare	We don't run
A nfe eso	We want fruits
Beeni, mo lo	Yes, I go
Mo je buredi	I ate bread
Awon omokunrin mu omi	The boys drink water
Mo beere ibeere kan	I ask a question

TRAINING TIME

Jeka lo	Let's go
Sé a lè?	Can we?
Mo le	I can

O le	You can
Se o ko se pepeye?	Don't you cook duck?
Baba mi le we ati iya re le rin	My dad can swim and your mother can walk
Oko fi enu ko aya re	The husband kissed his wife
Mo pon omi kun igo naa	I filled the bottle with water
Aso wo ni o fe?	Which dress do you want?
O sanwo fun ounje osan	You pay for lunch
Rara, o ko lo	No, you don't go
Femi sùn, Tolu n sare	Femi sleeps, Tolu runs
A se ifilole iwe iroyin tuntun	We launch a new newspaper
Ajá máa seré	The dog plays
Awon omode ko sanwo	Children do not pay
Omokunrin naa ko rin	The boy does not walk
O ti lo, emi ti lo	She is gone, I am gone
Awon omokunrin naa n tetisi	The boys are listening
A ko sanwo	We do not pay
Okunrin naa toka si esin naa	The man pointed at the horse
A se obe	We make sauce
Mo ri aja naa	I found the dog

TRAINING TIME

Mo	Know
Wa	Find
Ere	Game
Ayewo	Sample
Riro ojo	It's raining

Mo mo	I know
Eye ò so	The bird does not speak
Mase fi owo kan awon alubosa	Don't touch the onions
Won kigbe oruko re	They scream your name
A o fi owo kan adie	We do not touch the chicken
Erin fe omi	The elephant wants water
Ologbo naa ko gbo	The cat did not hear
Arabinrin naa soro, won soro	She speaks, they speak
Won keko awon iwe wonyi	They study these books
A wa ounje	We find food
Awon omo mu	The children play
Emi ko mo	I do not know
Ko si iyo	No salt
Won tele baba won	They follow their father
Arabinrin na se itowo buredi	The woman tastes bread
O fi beliti re han	You show your belt
Mo laala ti orebinrin mi	I dreamt of my girlfriend
Won han ni ale	They appear at night
Mo n wa aja mi	I am looking for my dog
Won fihan idile won	They show their family

TRAINING TIME

A ran	We help
Pada!	Go back!
Arabinrin anti mi ti da	My aunt is lonely

Tolu ti tii window naa	Tolu closed the window
Emi wa laarin iwo ati oun	I am between you and him
Won ti wa ni ailewu	They are safe
A ti nje ale	We are eating dinner
A ranti baba-nla wa	We remember our grandmother
O n wa ologbo re	She is looking for her cat
O tii ilekun	She closed the door
Àlá wo?	Which dream?
Mo ronu nipa re	I think of you
Won o fun ni ounje	They don't give food
Aja naa se iranlowo fun eniyan yen	The dog helps that person
Oluwanje je eran	The chef weighs meat
Arabinrin naa wo ni window	She looks at the window
O wa pelu omobirin naa	He is with the girl
Won gbiyanju iresi	They try rice
Mo won omo mi	I weigh my son
O fihan awon leta wonyi	He showed these letters
A wo akojo asayan	We look at the menu
Mo gba afeserin	I accept the sofa
Mo bowo fun awon obinrin	I respect women
On ko gba	He does not accept
O mu suga mi	She took my sugar

TRAINING TIME

O be ebi re wò	She visits her family
Won mu	They drink
A ko ro	We think not
O fun omi	She gives water

Mo pada wa pelu aja mi	I came back with my dog
O bowo fun iyawo re	He respects his wife
O sàbewò dokita kan	He visited a doctor
O gba ijanilaya kan	She is holding a hat
Beteli ko baamu nipase ilekun	The bear does not fit through the door
Beeni, o dabi enipe o faramo	Yes, it seems familiar
Yoo bere ni ola	She will start tomorrow
On lo iresi	He serves rice
Nje o ti lo si ilu Beijing?	Have you been to Beijing?
E ko ka	You don't count
Osu yii pari ni Ojo Aaro	This month ends on Monday
O mo omobinrin mi	You know my daughter
Awon bata be ko bamu	The shoes do not fit
Emi yoo bere ni ola	I will start tomorrow
Won dabi enipe	They seem natural
O ka awon ounje ipanu	He counts sandwiches
A ma nse onje ale	We serve dinner
O wole iwe naa	He signed the book
Opin Kesán	The end of September
Iya naa da omo naa lenu	The mother blames the child
O fi leta yii sile	She submitted this letter

TRAINING TIME

Báwo ló se rí lára obìnrin náà?	How does he feel about her?
Won se akete re	They imported his crib
O wa pelu iya re	He includes his mother
O wo inu ibi idana	He enters the kitchen

Won fowo si iwe naa	They signed the book
Mo fi ounje ranse	I send food
Rara, awo ko se pataki	No, color is not important
Won pelu aso ti o yato	They include a different dress
Mo gbe warankasi	I import cheese
A fowo si aso re	We signed his shirt
Mama, jowo wa wole	Mom, please come in
O gbarale	It depends
O si wi	He said
Ola le bere	Tomorrow can begin
A sii iwe yii	We open this book
Oko mi ti pe	My husband is late
O nilo ise	It needs work
Mo so beeni	I say yes
O sii ilekun	You open the door
A yoo de ni ola	We will arrive tomorrow
Awon agbe so pe iwe yii dara pupo	Farmers say this book is very good
Nigbawo ni won yoo de?	When will they arrive?
O nilo ounje die sii	He needs more food
Nigbawo ni iwo yoo pada wa?	When will you come back?
Emi ko ra	I don't buy it

TRAINING TIME

Mo sii oje naa	I open the juice
Oluka gbekele re	The painter relies on him
Se o feran igba ooru?	Do you like summer?
Oun ko siyemeji re	He does not doubt it
A pada wa pe	We came back late
O beere fun apple	She asks for an apple
Mo gba aladugbo mi là	I saved my neighbor

Nko feran awon foonu na	I don't like those phones
Omokunrin naa ra aja kan	The boy bought a dog
O kun fun igo	She is filled with bottles
Mo siyemeji pe o siyemeji	I doubt that he doubts
A fi awon eranko pamo	We save animals
Se o gba oko akero yii ni Oshodi?	Is this bus parked in Oshodi?
O tesiwaju iwe re	He continues his document
O gba ogun dola	He won twenty dollars
Mo beere lowo re	I asked him
O dapo alubosa	He mixes onions
O ni oko ayokele pupa kan	She owns a red car
On o ko beere	He doesn't ask
Mo duro loju opopona	I stand on the street
Won dapo oje ati wara	They mix juice and milk
Mo n gbe ni ilu kan	I live in a city
Won tesiwaju	They continue
O se owo pupo	You make a lot of money
O beere ohun kanna	You ask the same thing

TRAINING TIME

Se o gba awon aja?	Do you allow dogs?
Tani o gba ehoro naa?	Who received the rabbit?
O ro pe ore ni mi	He thinks that I am a friend
Won lo gaari	They use sugar

O fi iyo kun si bimo naa.	He added salt to the soup.
Oko ayokele yii jeyelori pupo	This car is very valuable
Nibo ni o ngbe?	Where do you live?
Alabara mi gba laaye	My partner allows it
O lo komputa kan	You use a computer
Won ro pe mo je ore kan	They think I'm a friend
O ngbe ni Jamani	He lives in Germany
A n gbe ni ibi	We live here
Arabinrin naa mo	He knows her
Mo na owo	I spend money
On o loye mi	He doesn't understand me
Ko dahun mi	She did not answer me
San-wissii ni warankasi	The sandwich contains cheese
O segun ore re	He defeated his friend
Eyi mu ki opolopo eniyan nife	This makes many people interested
Ko ye mi	I do not understand
Won segun awon ota won	They defeated their enemies
Mo ti lo pupo ju	I spent too much
O ko ye ohun ti mo tumo si	You don't understand what I mean
Mo ge eso naa	I cut the apple
O iwe tabili kan	You book a table

TRAINING TIME

Mo sinmi	I rest
Mo korin	I sing
Mo fo	I jump
Mo fo	I fly
Emi yoo wako	I will drive
Mo wako oko ayokele kan	I drive a car

Mo ko fun u	I refuse him
O mu awon omode	He handles children
O dara si akojo asayan	She improved the menu
Mo wo o	I observe him
O de fun ijanilaya re	He reached for his hat
O ni ipa lori mi	He influences me
Kilo sele si e?	What happened to you?
Mo kan si oga mi	I consulted my boss
Mo fe okunrin	I want a son
O toju tabili	He kept the table
A lo ojo yii papo	We spend this day together
O padanu botini re	She lost her key
emi ko ro be	I do not think so
Awon omode lo nipase ibi	Children go through here
Mo ti mu oti-waini si iya mi	I passed the wine to my mother
O da aso re	You recognize his shirt
Gilasi naa ni omi	The glass contains water
Omobinrin mi fe esin	My daughter wants a horse
O se akiyesi omobinrin re	He observed his daughter

TRAINING TIME

Bayi oun yoo gbiyanju eyi	Now he will try this
Elo ni?	How much is it?
Elo ni oti?	How much is beer?
O si gbimo David	He consults David
O fi ounje sile ni ile mi	He left food in my home
O se daradara	He performed well
Won seto tabili naa	They set the table

O seda akojo asayan kan	She creates a menu
Eye ò fò	The bird does not fly
Awon eiye fò	Birds fly
Mo le wa nibi	I can be here
Oo ni padanu	You will never lose
Oruko mi ni Oba	My name is King
Osu yii pari ni ola	This month ends tomorrow
O ro pe o pe ju	She thinks it's too late
O rin pelu arabinrin mi	He walked with my sister
O wa nibi	He's here
oo ye nibi	You don't belong here
Iwo ko gbami gbo	You do not believe me
Mo fo seeti yii	I wash this shirt
O rin pelu awon ore mi	She walks with my friends
O subu	He fell
Gbe ate naa	Lift the tray

TRAINING TIME

Lero	Feel
Lo si ibi	Go here
A pinnu	We decide
Omo mi ko korira re	My son does not hate you
O gbe awon bata re	He dried his shoes
Dokita mumi larada	The doctor cured me
Emi ko nilo leta mi	I don't need my letter
Won pese owo die sii	They provide more money
Won jade lo ni gbogbo ojo	They go out every day
Emi ko nilo eran die sii	I don't need more meat
Iya mi nlo adiro	My mother uses the oven

Mo korira ojo aje	I hate Monday
O dide ni aago meje	She gets up at seven
Mo fo aso mi	I dry my shirt
	The train leaves at nine
O nilo re	She needs it
Mo n lo ni ola	I am leaving tomorrow

TRAINING TIME

STORY MODE

YORUBA

Oni ni ojo akoko ti orisun omi. Awon omokunrin, Dennis ati Dele, pinnu lati pade awon ore ni adagun nla lati sayeye akoko tuntun. Anthony fe lati ba won lo, sugbon won kii yoo je ki o nitori omode ni omode. Ni ona won, awon omodekunrin naa ri beari kan ti nlo si odo won. Ti Anthony wa nibi, o le ti leru, sugbon awon omokunrin duro de agbateru lati koja. Laipe lehinna, awon omodekunrin naa wo igi agba o rii ariyanjiyan ni iwaju won.

"Okunrin naa sanwo, Mo jo, emi ko san," Diana kigbe.

"O ko le ni awon mejeeji, Diana. Awon oya ko le sanwo ati tun funni pelu awon ohun mimu ofe ati ounje.

"Ko si isoro, a yoo sanwo fun gbogbo awon idiyele." Dennis so.

ENGLISH

Today is the first day of spring. The boys, Dennis and Dele, decided to meet friends at the lakeside bar to celebrate the new season. Anthony wanted to go with them, but they did not agree because he was too young to drink. On their way, the boys saw a bear walking towards them. If Anthony was here, he may have fainted, but the boys wait for the bear to leave quietly. Shortly after, the boys entered the bar and watched the argument in front of them.

"The man pays, I dance, I don't pay," Diana shouted.

"You cannot have both, Diana. We cannot pay salaries and still give drinks and food free." said the person in charge of the bar.

"No problem, we will pay all the fees." Dennis said.

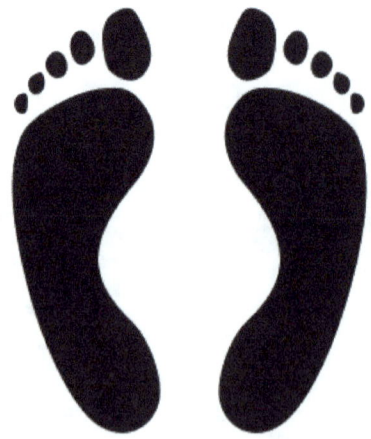

Chapter 8

PREPOSITIONS

Keywords : From, in, to, on, with.

Won kowe si awon obinrin	They wrote to women
Awon omodekunrin ka si awon okunrin	The boys read to the men
Omobinrin yii ko feran elerindodo	This girl does not like juice
Won n je ounje osan	They are having lunch
A n je ounje ale ale	We are eating dinner
Mo n ronu Lisa	I think of Lisa
Mo wa ninu zoo	I am at the zoo
O ngbe ni Ghana	He lives in Ghana
Tani o gbagbo ninu awon omode?	Who believes in children?
Won ko nipa re	They wrote about her
Epo wa ninu igo naa	The oil is in the bottle
Mo wa ninu iwe iroyin	I am in the newspaper
O ma n sase ni ibi idana	He cooks in the kitchen
A mu lati gilaasi	We drink from glasses
Ounje ninu awo	Food in the plate
Ohun elo ti mo ko	The recipe I wrote
Wara wa lati inu awon malu	Milk comes from cows
Mo lo sí odo esin náà	I went to the horse
Eyi wa fun-un	This is for her

TRAINING TIME

Nigbawo?	**When?**
A gbagbo ninu awon okunrin	**We believe in men**
Gegebi omodekunrin naa, ko je adie	**According to the boy, she does not eat chicken**
O wa lati ile ounje	**She comes from the restaurant**
A fi suga si ori akara oyinbo naa	**We put sugar on the cake**
A ra eso lati odo omodekunrin naa	**We buy fruit from the boy**
Eja ngbe ninu omi	**Fish live in water**
Won wa laarin wa	**They are between us**
Mo lo iyo lati se eja.	**I use salt to cook fish.**
O wo e	**He looks at you**
Gegebi oro re, eyi kii se eja	**According to her, this is not a fish**
Eran wa lati ewure	**Meat comes from goat**
Ni afikun si oti-waini	**In addition to wine**
Ni afikun si oti	**In addition to beer**
O je saladi laisi epo	**She eats salad without oil**
O ni awon esin	**He has horses**
A soro nipa awon iwe	**We talk about books**
Mo beere lowo re	**I asked him**

TRAINING TIME

A wa nitosi omi	**We live by the water**
Alantakun wa lori ogiri	**The spider is on the wall**
Awon iwe yi wa lati odo awon obinrin	**These books are from women**
A mu oti-waini nigba ti a n je ounje ale	**We drank wine at dinner**
Pelu awon awo orisirisi, a tun ra awon bata	**Despite the different colors, we still buy shoes**

A je iresi pelu adie	We eat rice with chicken
Kini awo awon bata re?	What is the color of the boots?
Ologbo arabinrin naa funfun	The girl's cat is white
Awon bata omobirin naa je dudu	The girl's shoes are black
Aja omo naa mu omi.	The boy's dog drinks water.
Mo je okan ninu awon eso re	I eat one of your fruits
Awon obinrin feran aso wonyi	Women like these clothes
Gilasi kan laisi ideri kan	This is a glass without a cover

TRAINING TIME

Chapter 9

DATES AND TIME

Keywords : Week, month, second, year, date, time.

Alẹ́	Night
Ojo	Day
Ojo	Date
Kalenda	Calendar
Lati Osu Keje si Kesán	From July to September
Osu Kerin pari loni	April ends today
Osu Keta wa laarin osu keji ati Osu Kerin	March is between February and April
Emi yoo ri o ni ola!	See you tomorrow!
A wa ni Osu Kini	We are in January
Eyi ni buredi ana	This is yesterday's bread
Mo je ounje aaro pelu re ni Osu Kini	I had dinner with him in January
Kini won je ni Osu Karun?	What do they eat in February?
Osu Keta pari loni	March ends today
Osu Kejo ni	It is August
a wa ni Osu kokanla bayi	It is now November
osu karun ko pari loni	May does not end today
Ola ni Ojobo	Tomorrow is Thursday
A kowe si won ni Osu Kewa	We wrote to them in October
Eyi ni Ojo Aje	This is a Monday
Se o n sise ni ojo abameta?	Do you work on Saturday?
Mo je warankasi ni ojo Tuesday	I eat cheese on Tuesday
oni ni ojo aje	Today is Monday
Oni je ojo abameta	Today is Saturday
O ku ni Osu Kejila	He died in December

TRAINING TIME

Orisun omi	Spring
Igba otutu	Winter
	I eat steak on Friday
A je warankasi ni Ojoru	We eat cheese on Wednesday
Ojo Jimo ni ojo oni	Today is Friday
Ile-ounje naa sii ni Osu kefa	The restaurant opened in June
Mo lo akoko yii pelu re	I spent this summer with him
Mo mu kofi ni owuro	I drink coffee in the morning
Oni ni ojo aiku	Today is Sunday
Mo jeun ni osan	I eat at noon
Akara oyinbo yi wa ni ojo Aiku	This cake is for Sunday
Mo je chocolate ni osan	I eat Chocolate in the afternoon
Mo sise ni ale	I work at night
O sise titi di oganjo oru	He works until midnight
Osán Ojoru ati abameta	Wednesday and Saturday nights
O to akoko fun akara oyinbo	It's time for cake
Nibo ni a nlo ni ale yi?	Where are we going tonight?
Duro fun igba die	Wait a moment!
Mo n sise lale	I work tonight
Mo n sise ale	I work at night
Iseju ati awon wakati ti koja	Minutes and hours have passed

iseju aaya koja	The seconds pass
igba ounje ti to	It is dinner time
Emi ko le duro mo	I can not wait anymore
A mu oti ni gbogbo wakati	We drink a bottle every hour
irodun kan kii se odun kan	A century is not a year
Ninu osu kan	In a month
Iseju ati awon wakati ti koja	Minutes and hours have passed
Odun mewa dopin loni	The decade ends today
ola ni ariya na	The party is tomorrow
Ola ni ojo ibi mi	Tomorrow is my birthday
Asiko naa pari ni Osu Kerin	The period ended in April
Awon odun tabi awon osu?	Years or months?
Won sise fun odun mewa	They worked for decades
Kini ojo oni?	What is today's date?
O pe ni owuro yii	You arrived late this morning
O ti pe	It's late
O dabo!	Goodbye!
Emi ko ni akoko	I do not have time
Osu kan seyin	One month ago
O njeun pelu wa ni gbogbo ose	He eats with us every week
Kini o mu ni owuro yii?	What did you drink this morning?
Obinrin naa ni kalenda kan	The woman has a calendar

TRAINING TIME

Iseju ati iseju-aaya	Minutes and seconds
Awon wakati ti ojo	Hours of the day
Ose ati awon osu	Weeks and months
Gige afemoju	Breaking dawn
Akoko yii	This season
Ni oru	At night
Awon iseju melo ni?	How many minutes?
O de ni Ojobo	He arrived on Thursday
Ibo ni ibere?	Where is the starting point?
Osu Kejo ati Osu Kesan je osu ti odun	August and September are months of the year
Mo sise ni akoko yen	I worked in that period
Mo ma n rin ni owuro	I walk in the morning
Kini ojo oni?	What's the date today?
mi o kii sise ni ojo aje	I do not work on Monday
Emi ko ni sise ni Osu Kewa	I will not run in October
Iseju kan je iseju kan	One minute is a moment
Ko si awon ojo fun awon leta wonyi	There are no dates for these letters

TRAINING TIME

Omokunrin mi Anthony je omo odun kan.	My son Anthony is one year old.
Satide to koja, a je eran	Last Saturday, we ate meat
Nigba miiran beeni, nigbamiran rara	Sometimes yes, sometimes no
Ola mu oti ni Ojo aje ati Ojoru	Ola drinks beer on Monday and Wednesday
A ko ni ojo	We have no date
Arabinrin mi Juliana wa lana	My aunt Juliana came yesterday
Osu Kewa ati Osu kejila je awon osu ti odun	October and December are months of the year

Osu Keta, Osu Kerin, Osu Karun ati osu Kefa	March, April, May and June
Iya-iya mi ko sise ni Osu Keji	My grandmother does not run in February
Ojo Jimo kan ni osu Karun	One Friday in May
Bi ti oni	As of today
O kowe ni Osu kokanla	He wrote in November
Emi kii je eja ni Osu Kejo	I don't eat fish in August
Lati Osu Kesan si Osu kejila	From September to December
Igba otutu ni akoko kan	Winter is a season
A jeun fun igba die	We ate for a while
Asiko isinmi ni Osu Kejo	Holidays in August
Mo jeun ni osan	I eat at noon
Mo ni akoko re loni	I have your time today

TRAINING TIME

STORY MODE

YORUBA

"Osu Kini, keji ati Osu Kewa je awon osu to dara julo ti ise mi."

"Kí ni ìdí tí o fi so bee?"

"Nitori pe ojo rire ti pari ni Osu Kini. O rorun lati nu ile ati koriko gbe. Edspò ko le dagba kiakia.

Iye owo irin ati simenti yoo subu ni Osu Kini, ati pe Mo le ra die sii ni awon idiyele kekere. Ni Osu Keta, Mo gba die die sii, eyiti o se iranlowo iyara ise naa. "

"Mo wo, kini nipa awon osu miiran naa?"

"Ni Osu Kerin, idiyele okuta je din owo. Ise bere ni aarin-Osù, ati akoko ojo ni o bere lati Keje titi di August. Ojo wa ni igbagbogbo ni Osu Kesan ati Osu Kewa, ati ni Osu kejila, a gba isinmi."

11/18/2019

ENGLISH

"January, February and March are the best months of my work."

"Why do you say that?"

"Because the rainy season is over in January. It is easier to clean up the ground and the grass is dry. Weeds cannot grow quickly.

Iron and cement prices will fall in February, and I can buy more at lower prices. In March, I earn a little more, which helps speed up the work."

"I see, what about the other months?"

"In April, the price of stone was cheaper. Work begins in mid-June, and the rainy season begins from July to August. The rain is most intense in September and October, and in December, we take a break."

Chapter 10

FAMILY

Keywords : Father, mother, children, uncle, cousin.

Idile	Family
Bàbá	Father
Iya	Mother
Omokunrin	Son
Omobinrin	Daughter
Omo	Child
Arakunrin naa	The brother
Arábìnrin	Sisters
Baba agba	Grandfather
Iya agba	Grandmother
Oko	Husband
Omo	Baby
Mo fe omokunrin ati omobinrin.	I want a son and a daughter.
Arakunrin ati arabinrin li awa	We are brothers and sisters
Baba mi ni ile onje	My father has a restaurant
Awon obi mi je iresi	My parents eat rice
Omobinrin mi fe aago kan	My daughter wants a watch
Awon arabinrin iya mi ko je adie	My mother's sisters do not eat chicken
Arakunrin mi ni won	They are my brothers
Emi ni arabinrin aburo	I have a younger sister
Awon omo won mu wara	Their children drink milk
A ni oko ati aya	We are husband and wife
A je ibatan	We are cousins
Oun kii se ibatan mi	He is not my cousin

TRAINING TIME

E Kaabo baba agba!	Hello grandfather!
Iyawo aburo mi ni anti mi	My uncle's wife is my aunt
Iyawo ni won	They are the wives
A lo si odo mama agba	We go to grandma's
Mo jeun pelu arakunrin mi	I eat with my aunt
Ibo ni Mama ati Baba wa?	Where is Mommy and Daddy?
A ni oruko akoko ati oruko igbeyin	We have a first name and a last name
Bawo ni a se ko oruko idile re?	How do we write her last name?
O dabi iya re	You are like your mother
O seun baba!	Thanks dad!
O dabi iya re	She is like her mother
Kini oruko idile re?	What is your last name?
Arabinrin mi ni aja kan	My niece has a dog
Aja omo na	The boy's dog
A ni omo ati ologbo kan	We have a son and a cat
Omo re ni àwa	We are his children
Ta ni awon obi re?	Who are your parents?
Anthony kii se baba re	Anthony is not your father
Omo mi ti wa lati Ilu Italia	My child is from Italy
Femi ni omo mi	Femi is my son
Tolu kii se iya mi	Tolu is not my mother
Segun kii se baba mi	Segun is not my father
Beeni, Ola ni oko mi.	Yes, Ola is my husband.
Edward ni arakunrin mi	Edward is my brother

TRAINING TIME

Emi ni iyawo re	I am his wife
Arakunrin ni mi	They are my uncles
Arabinrin baba mi ni	She is my aunt
Arabinrin ni oun ati iya mi.	She and my mother are sisters.
Iwo ni aya wa	You are our wife
Rara, o ko ni awon omo-owo	No, you do not have babies
Iya mi ni iya-nla	My mother is a grandmother
Tosin ni baba baba mi	Tosin is my grandfather
Elizabeth iya iya mi ni.	My grandmother is Elizabeth.
Ilu Jaman ni lati idile mi	My family is from Germany
Mo dupe lowo Mama mi	Thank you Grandma
Ijanilaya buluu ni fun iya-nla mi	The blue hat is for my grandmother
Oun kii se ibatan mi	He is not my cousin
Femi ni ibatan mi	Femi is my cousin
Anthony ni ibatan mi	Anthony is my cousin
Ijanilaya funfun yii ko dara fun iya-nla mi	This white hat is not suitable for my grandmother
A je ibatan	We are cousins
Ola ati Emma bi omo	Ola and Emma had a child
Iyawo mi ni iya ti omo mi	My wife is the mother of my son

TRAINING TIME

STORY MODE

YORUBA

Ben: "Arabinrin re Abike laipe fi aworan ranse si Instagram. Opolopo eniyan lo wa ninu re ati pe o dabi foto ebi nla."

Tolu: "Beeni, fotogirafa wa si ile wa loni. Ti ya aworan lati ibi aseye baba mi."

"Si osi mi ni arakunrin mi ati iyawo re. Won ti ni iyawo, won si ti pada wa lati igba ibimo, ati ni apa otun won ni baba mi, eniti o ti mo lailai."

"Eyi ni abikehin ninu idile, omobinrin arakunrin mi, Simi. Omobinrin nikan ni, sugbon o lewa pupo."

"Mo joko legbe baba-nla mi, iya mi, iya mi, aburo mi ati agbejoro mi. Ati ni ile, Mo ni arakunrin mi aburo."

Ben: "O je aworan ebi nla."

Tolu: "Mo mo, Mo feran re."

ENGLISH

Ben: "Your sister Abike just sent a photo to Instagram. There are many people inside and it looks like a great family portrait."

Tolu: "Yes, a photographer came to our house today. We took pictures to celebrate my grandfather's birthday."

"On the left are my brother and his wife, they are married and have just returned from their honeymoon, and on the right of them is my father, whom you have met countless times."

"This is the youngest member of the family, my cousin Simi. She's just a girl, but she's very pretty."

"Sitting next to my grandfather was my grandmother, my mother, my uncle and my lawyer. And on the floor, we have my cousin and my nephew."

Ben: "This is a great family photo."

Tolu: "I know, I like it."

Chapter 11

COLOR

Keywords : Colored, black, white, red, yellow, blue.

Awo je alawo ewe	The color is green
Siweta yi ni bulu	This sweater is blue
Aso awo	A colored shirt
A ra awon sokoto dudu	We buy black pants
Obinrin yii ni beliti brown	This woman has a brown belt
Awon ibose re je grey	Her socks are gray
Awon bata je bulu osan	Shoes are blue Orange
Fikulu je ti eleyi ti	The wool is purple
Eye se ofeefee	The bird is yellow
Aso mi funfun	My shirt is white
O ni sokoto pupa	She has red pants
O nran ologbo yii ko funfun	This cat is not white
Ibo ni aso funfun mi wa?	Where is my white shirt?
Aso re dúdú	Her clothes are black
Aso awo naa je awo awo	The coat is pink
Erin ni grey	The elephant is grey
Emi ko mo awo ayanfe re	I don't know your favorite color
O wo sokoto pupa	She is wearing red pants
O je awo kanna	It is the same color
Ewu re alawo ewe	Her shirt is green
Mo fe awon aso ewu obirin dudu	I like black skirts

Chapter 12

OCCUPATION

Keywords : Work, clown, captain, architect, mechanic, researchers, doctor, model, soldier, police.

Omo ile-iwe	The student
Olori	Captain
	Guard
Onkowe	Author
Onkowe	Writer
Olorin	Artist
Awose	The model
Ase	Authority
Onisegun	Doctors
Jagunjagun	Warrior
Oba	King
Olori	Prince
Agbe	Farmers
Ayaworan ile	The architect
Awon oniwadi naa	The researchers
Ata	Painter
Awon alamodaju	The professionals
Bishop	Bishop
Adajo	Judge
Oluko	The teacher
Onkawe	Reader
Omo ile-iwe	The student
Asoju	Representative
Onisowo	The entrepreneur
Olopa	Policemen

TRAINING TIME

Olori na	The principal
O je elero ati pe o je ayaworan ile	He is an engineer and she is an architect
Awon agbe n sise pelu awon malu ati adie	The farmers work with cattle and chickens
Kini elero naa so?	What does the engineer say?
O je apeja kan	She is a fisherman
O soro pelu oluso	He talks with the guard
Se o ni agbalejo naa?	Are you the host?
Iwo je apanilerin	You are a clown
Awon agbe ba ka iwe iroyin naa	The farmers read the newspaper
Arakunrin wa je ero-ero	Our brother is a mechanic
Awon olopa ni awon seeti buluu	The police have blue shirts
Kini omo-alamu kan nje?	What does a plumber eat?
A ko ni ifiweranse	We are not postmen
Ta ni agbejoro re?	Who is your lawyer?
Arabinrin mi ko sise	My sister did not work
Nibo ni olusakoso wa?	Where is the manager?
Tani osise?	Who is the worker?
Mo lo si dokita kan	I went to see a doctor
Eja ni pataki re	Fish is your specialty
Oko mi kii se akowe	My husband is not a secretary
Oko mi nse iwadii	My husband is a researcher
Arakunrin baba mi ati arabinrin arakunrin mi ni awon dokita	My uncle and my aunt are doctors
Mo mo awadi kan	I know a researcher
Onkowe kowe	The author wrote
Apeja náà máa mu ife kofi kan.	The fisherman drinks a cup of coffee.

TRAINING TIME

Idahun balogun naa de loni	The captain's answer arrived today
Oko ni baba re	Your father is a farmer
O je ayaworan ile	You are an architect
Iya mi duro de iwe ifiweranse	My mother waits for the postman
Kini ise re?	What is her career?
On ni oludamoran mi	She is my advisor
Idahun si je oojo	The answer is employment
Awon olukopa fe lemonade	The audience wants lemonade
Awon olukopa de ni Ojobo	The audience arrived on Thursday
Onimoran naa ba oba soro	The expert speaks with the king
Mo nilo agbejoro	I need a lawyer
O je agbenuso fun olopa	He is a spokesman for the police
O je olori ti orundun yii	He is the leader of this century
Emi kii se onirohin	I am not a reporter
Kononeli ati oludari soro	The colonel and director speak
O dara ale, asiwere	Good night, Madam
Mo je asoju ti Geneva	I am a representative of Geneva
Oluko naa rii awon omo ile-iwe won	The teacher sees their students
Awon olori ni won	They are leaders
Awon osere ni won	They are artists
Oluko ni	She is a teacher
Se o je awose?	Are you a model?
Onisowo ni	He is a businessman
O je dokita	You are a doctor
Awon omo ile-iwe jeun	The students eat

TRAINING TIME

Buredi	Bread
Olorin	The artist
Olori	The prince
Sibi je fun oba	The spoon is for the king
Awon oluko ni iya mi ati arabinrin mi	My mother and my aunt are teachers
Awon omo ile-iwe mu omi	The students drink water
Omo ile-iwe ni	He is a student
Onkowe mu oti-waini.	The writer drinks wine.
O ba dokita soro	He talks with the doctor
Oluko owuro ti o dara	Good morning teacher
Sara ati Christina je olopa obinrin	Sarah and Christina are policewomen
Oluko naa nje ounje ipanu kan	The teacher eats a sandwich
Ta ni abanirojo?	Who is the prosecutor?
Won je awon awose	They are models
Akowe ni	He is a secretary
Olukoni ni awa	We are teachers
Mo nilo dokita	I need a doctor
Awon omo ile-iwe naa je akara	The students eat bread
Awon ijoye melo ni o ni?	How many bosses do you have?
Akowe mi ni	She is my secretary
Olopa ni Fredo	Fredo is a policeman
O ni akowe	You have a secretary
Ayaba ko mu oti	The queen does not drink beer
Oluko naa je eso apple	The teacher eats apple
Olori mi ni	She is my boss

TRAINING TIME

Oluka	The painter
Awon agbe	The farmers
Oluwanje	The chef

Onirohin ni mi	I am a reporter
O soro pelu oluso	He talks with the guard
Akewi ko leta kan	The poet wrote a letter
Arakunrin baba mi ni onkowe iwe yii	My uncle is the author of this book
Onidokoowo ni mi	I am a businessman
Awon ojogbon naa ka	The professors read
Emi ko je ojogbon	I am not a professor
Tolani ni onidajo	Tolani is a judge
Awon omo-ogun je	The soldiers eat
Se o je onkowe bi?	Are you an author?
Akewi ni baba mi	My father is a poet
A je awon ojogbon	We are professors
Arakunrin baba mi je osise	My uncle is an employee
Ta ni agbejoro re?	Who is your lawyer?
Kononeli soro pelu awon omo-ogun	The colonel talks with the soldiers
Rara, Dafe kii se isese kan. Akewi ni.	No, Dafe is not an actor. He is a poet.
Awon osere ni won	They are artists
Emi ni agbejoro	I have a lawyer
Awon osise re ko awon leta	His employees write letters
Angelo ati Temisan je awon osere	Angelo and Temisan are artists
Oluwanje je eran	The chef eats meat
Arabinrin mi ni mi agbejoro	My sister is my lawyer

TRAINING TIME

Emi ni eni to ni aja	I am the owner of the dog
Tani asoju naa?	Who is the agent?
Won je amoye	They are experts
Alakoso je ororo	The commander eats oranges

Eran ni ogbontarigi won	Meat is their specialty
Awon ošere ati awon kikun	Artists and painters
Eni to ni esin	The owner has a horse
Iya mi je iwé eye	My mother is a bird expert
Beeni, mo je onimo-ero ati gbenagbena	Yes, I am an engineer and a carpenter
Beeni, arakunrin arakunrin baba mi Frank je oluranlowo	Yes, my uncle Frank is an agent
Ise adase se pataki pupo	Practice is very important
Beeni, Femi je oúnje	Yes, Femi is a baker
Olukoni ni mi	I am a teacher
Olutaja ni won	They are tellers
Se mi ni noosi?	Is she my nurse?
Eyi kii se oojo mi	This is not my profession
Alufaa ni Paulu	Paul is a priest
Onisin ni	She is a baker
Olutawo ni won	They are cashiers
Won kii se elere idaraya	They are not athletes
Alufa ko mu oti	A priest does not drink beer
Arabinrin naa ni eyan dudu	The priestess has a black cat
Omobinrin mi je olutoju-ile	My daughter is a waitress
Arakunrin baba mi kii se agbe. Onisin ni.	My uncle is not a farmer. He is a baker.

TRAINING TIME

Osise	Worker
Olupere	Plumber
Olusapeere	Postman

Oniye	Clown
Awon alufa ko awon iwe	Priests write books
Awakobinrin mi ni awako	My girlfriend is a driver
Onitoju ni mi	I am a waiter
Rara, arakunrin mi David kii se gbenagbena	No, my brother David is not a carpenter
Iyawo re je awako	His spouse is a driver
Paul kii se injinia, o je noosi	Paul is not an engineer, he is a nurse
Arakunrin baba re kii se noosi. Oluwanje ni	Your uncle is not a nurse. He is a chef
Rara, Lola ati Somi kii se elere idaraya	No, Lola and Somi are not athletes
Harry je injinia Ilu Geesi	Harry is a British engineer
Soji kii se osere, omo ile-iwe ni	Soji is not an actor, he is a student
O soro nipa awon ilana re	He talks about his principles
O ni iranti to dara	You have a good memory
O salaye awon ofin wonyi fun mi	She explained these terms to me
O sise bi ifiweranse ifiweranse kan	He works as a postman
Akowe mu kofi.	The secretary drinks coffee.
Arabinrin mi je olopa obinrin	My daughter is a policewoman
Eyi ni oye wa	This is our expertise
Arakunrin baba mi ni agbalejo	My uncle is the host
A ko ni ifiweranse	We are not postmen
Olopa ni mi	I am a police officer

STORY MODE

YORUBA

Jona: "Nibo ni awon obi re sise?"

Steven: "Agbejoro mi ni baba mi ati iya mi tun je agbejoro kan."

Jona: "Ati awon arakunrin re?"

Steven: "Arabinrin mi agbalagba n sise bi onkowe, lakoko ti arakunrin mi je oluyaworan."

Jona: "Ati iwo?"

Steven: "Titi di asiko yii Mo ti te awon iwe meji, nitorinaa MO le pe ara mi ni onkowe."

Jona: "Se o fe lati je ohunkohun miiran nigbati o dagba?"

Steven: "Mo feran opolopo eniyan. Awon onidajo, awon osere, awon osere, awon onimo-ero, awon n se ounje ati paapaa awon omo-ogun.
Nigbati mo je omo kekere, Mo feran igbehin ati awon ibon won. Eyi je iyalenu fun mi julo. Sugbon iya mi ko gba. O fe ki n di dokita tabi Ojogbon Fasiti kan.
Emi ko le foju inu kika kika fun igba pipe, nitorinaa Mo ka nkan miiran. Nigbati mo pari awon iwe-eko mi, ise akoko mi wa ni ile-ikawe kan lehinna lehinna bi awaoko ofurufu, ati nikehin Mo wa ise bi ojogbon."

ENGLISH

Jonah: "Where do your parents work?"

Steven: "My father is a lawyer and my mother is also a lawyer."

Jonah: "And your siblings?"

Steven: "My older sister works as a secretary, while my brother is a painter."

Jonah: "And you?"

Steven: "So far I have published two books, so I can call myself an author."

Jonah: "Do you want to be anything else when you grow up?"

Steven: "I like a lot of people. Judges, artists, actors, engineers, cooks and even soldiers.
When I was a kid, I liked the latter and their guns. This is the most fascinating to me. But my mother disagreed. She wanted me to become a doctor or a university professor.
I can't imagine studying for a long time, so I read something else. When I finished my studies, my first job was a librarian and then a driver, and I finally found a job as an agent."

Chapter 13

MEASURES

Keywords: Meter, mile, kilometers, kilograms, total.

Ijinle	Depth
Iga	Height
Iwon kilo kan	One kilogram
Mita kan	One meter
Wiwon	Measuring
O kere, ati pe emi tobi pupo	She is small, and I am very big
Erin je eranko ti o tobi	The elephant is a huge animal
A lo giramu kan	We use one gram of tea
O ni buredi die	She has a bit of bread
Bawo ni milimita melo ni o seku?	How many centimeters are left?
O se wiwon	You do the measurement
Awon seeli ati awon insoo	Centimeters and inches
A mo iwon didun	We know the volume
A ni giramu kan	We have one gram of sugar
Ninu yara ti o nbo	In the next room
Ewo wo ni o kere?	Which animal is small?
Mo duro fun wakati die	I waited for a few hours
Elo ni iresi?	How much rice?
A nlo awon ibuso	We use kilometers
Awon kilo kilo melo?	How many kilograms?
Okan meedogun ti lapapo	One quarter of the total
Idaji mi	My half
Eyi ni kanna fun mi	This is the same for me
A wo nomba lapapo	We look at the total number

Iwonyi ni awon apa meji	These are the two sides
Ibuso	Kilometers
Bawo ni mil maili kan?	How long is a mile?
Mo ni lita kan ti epo ni ibi idana	I have a litre of oil in the kitchen
Double espresso, o seun	Double espresso, thanks
Ko si nkankan ninu ibi idana	Nothing in the kitchen
Espresso ilopo meji wa fun u	The double espresso is for her
Ko si nkankan ninu apo mi	There is nothing in my bag
Mo ni chocolate funfun kekere kan	I have a little white Chocolate
Iwon ti ilekun je ogorin centimita	The width of the door is 80 centimeters
Ijinle je pataki pupo	Depth is very important
Okan kan ni egberun kilo	One ton has a thousand kilograms
Se o fe idaji apple mi?	Do you want my half apple?
Igba mejo je igba merin lemeji	Eight times is four times twice
Eyi ni iwon ti eyin kan	This is the size of an egg
Yara naa ni apere onigun merin	The room has a square shape
Melo kilo kilo ti eran ni a gba?	How many kilograms of meat do we get?
Kini iyara tuntun?	What is the new speed?
Awon mita igbonwo monamona meta wa ninu pepe mi	There are three cubic meters of firewood in my cellar

TRAINING TIME

STORY MODE

YORUBA

"Bawo ni iyara ero naa se n sise?" Ojogbon Makanju, elero ti fadaka kan, lati se idanwo irubo tuntun re ni Afara Ikoyi.

"O fere to ibuso-wakati mesan-an wakati kan." Oluranlowo naa so nigbati o mu iyara iyara nla kan.

"Kini ibeere iwuwo fun kilomita mejo ni isale ipele omi okun?"

"Ese merin si ese mewa ni gigun, sir."

"O dara, ni bayi, bawo ni o se afiwe ti isaaju?" Ni Ojogbon Makanju beere.

"Eyi maa da lori iwon ati iwon omi re. Ni aaye yii, awon meji feere je kanna, lati awon ogota-merin poun si ogota poun meta. "Iranlowo naa salaye.

"Beeni, sugbon o gba idameta ti isaju agbara re, ati ijinna lapapo tobi julo: lati aadorun sentimita si mita meji, dipo lati aadota centimita si mita kan, nitorinaa iyato wa." Wi ojogbon naa.

Oluranlowo ti gbe iwe ajako o si ko nomba pupo.

"Boya a tun ye ki o mu ipari po nipase idaji, sir, fun idi ti aerodynamics."

"Looto, William, je ki a sise ni bayi." Ojogbon naa dahun.

ENGLISH

"How fast does the engine run?" asks Prof. Makanju, a silver haired engineer, to test his latest invention on the Ikoyi Bridge.

"About nine kilometers an hour." The assistant said when he picked up a large speedometer.

"What is the height requirement for eight kilometers below sea level?"

"Four to ten feet long, sir."

"Okay, now, how does it compare to the previous one?" asked Professor Makanju.

"This usually depends on its width and water content. At this point, the two are almost the same, from 64 pounds to 63 pounds." the assistant explained.

"Yes, but it consumes a third of its predecessor's intensity, and the total distance is greater: from 90 centimeters to two meters, instead of from 50 centimeters to one meter, so there is a difference." said the professor.

The assistant picked up the notebook and scribbled several numbers.

"Perhaps we should also increase the length by half, sir, for the purpose of aerodynamics."

"Indeed, William, let us work now." the professor answered.

Chapter 14

HOUSEHOLD

Keywords : Balcony, chair, bed, room, oven, roof, door, soap, door, curtain, desk, toothpaste, bathroom.

Ile	**House**
Gilasi	**Glass**
Obe	**Knife**
Foonu	**Phone**
Ife	**Cup**
Sibi	**Spoon**
Orisun	**Fountain**
TV	**TV**
Ikoko	**Pot**
Sofa	**Sofa**
Aso	**Curtain**
Tabili	**Table**
Ilekun	**Door**
Koote	**Carpet**
Iduro	**Desk**
Alaga	**Chair**
Ibusun	**Bed**
Ibi idana	**Kitchen**
Ferese	**Window**
Atupa	**Lamp**
Botini	**Key**
Imole	**Light**
Digi	**Mirror**
Odi	**Ceiling**
Loke ile	**Above ground**

TRAINING TIME

Odi	Wall
Tójú	Oven
Yara ibusun	Bedroom
Igbonse	Toilet
Olurapada mi	My cHandelier
Obe re	Your knife
Foonu mi tobi pupo	My phone is very big
Sibi mi je funfun	My spoon is white
Mo ni pepe iwe	I have a bathtub
O nran ologbo wa lori capeti	The cat is on the carpet
Mo wa lori balikoni	I am on the balcony
A n gbe ni iyewu kan	We live in an apartment
Mo fe ibora mi	I want my blanket
Omo mi fe ibusun alawo ewe	My son wants a green bed
Aso aterin je bulu	The carpet is blue
Arakunrin baba mi ngbe ninu iyewu kan	My uncle lives in an apartment
Nko ribeeti ni ile idana mi.	I have no carpet in my kitchen.
Omi je kedere	The water is very clear
O ti lo, mo n lo.	You are gone, I am leaving.
Mo lo alaga kan	I use a chair
O ra ago kan	He bought a tent
Oni ni ojo oorun	Today is a sunny day
O nran nje lori capeti	The cat eats on the carpet
Mo ka iwe kan lori tabili.	I read a book on the table.
O sii ilekun	You open the door

TRAINING TIME

A wo inu ago re	We enter your tent
Akara oyinbo wa ni firiji	The cake is in the fridge
Nibo ni awon ile-itaja wa?	Where is the furniture?
A ko ni alapapo	We don't have heating
Mo wa lenu ona	I am by the door
Ko le rii kokoro re	She can't find her key
Esin wa ni enu-ona	The horse is at the door
Awon imole inu baluwe je alawo ewe	The lights in the bathroom are green
Won ko ni aga	They don't have furniture
Won ni awon botini	They have keys
Se foonu kan wa ninu yara naa?	Is there a phone in the room?
Ibo ni shampulu wa?	Where is the shampoo?
A ra awon irori funfun	We buy white pillows
Shampulu wa ninu baluwe	The shampoo is in the bathroom
Ile pupa ni ile baba mi	The red roof house is my uncle's
Ibo ni digi naa wa?	Where is the mirror?
Mo ni irori kan	I have a pillow
Awon ipe melo ni o ni?	How many calls do you have?
Se o ni akaba kan?	Do you have a ladder?
Re ninu bathtub	Soap in the bathtub
Mo fe aga duro	I want a sofa
Idana ni tire	The kitchen is yours
Odi pupa ni	The wall is red
A sii window	We open the window
Enu funfun wa	The entrance is white

TRAINING TIME

Ohun isere ti o wa lori capeti	The toy is on the carpet
Kini idi ti a ko le rii ohun-omo omo-owo?	Why can't we find the son's toy?
Ebi re wa ni tabili	Your family is at the table
Akara ni adiro	Bread in the oven
Iya mi ti wewe	My mother is taking a shower
Iya mi wa ni ibi idana	My mother is in the kitchen
Ferese na dudu	The window is black
O nran naa wa lori akete	The cat is on the couch
A n duro de agbala	We are waiting in the yard
Ibo ni ehin ehin wa?	Where is the toothpaste?
Ibo ni awon sheets wa?	Where are the sheets?
Iru felefele wo ni mo ni?	What kind of razor do I have?
Se o ni ehin afori?	Do you have a toothbrush?
Mo ni awon ijoko oko pupa die	I have some red chairs
Se o ni kanrinkan oyinbo?	Do you have a sponge?
Mo mu ehin eyin	I take a toothbrush
Alaga re	His chair
O ni foonu pupa kan	He has a red phone
Dele jeun ni tabili	Dele eats at the table
A ko ni ife!	We don't have a cup!
Steven sun ni ibusun	Steven sleeps in bed
Mo ni TV re	I have your TV
Ni ibi idana	In the kitchen
Gilasi ti wara	A glass of milk
Ogiri naa	The wall

TRAINING TIME

Mo n njeun ni iyewu	I am eating in the bedroom
Emi ko ni firiji	I have no refrigerator
Ola fo baluwe	Ola cleans the bathroom
A ni ero ti o gbe	We have a dryer
Ero ifoso yen	That washing machine
Emi ko ni ero fifo	I have no washing machine
Se Wale sùn ni alaga kan?	Does Wale sleep in a chair?
Edward n se adie ni adiro	Edward cooks chicken in the oven
O fe ero fifo	He wants a washing machine
Se o fe kanrinkan oyinbo lori ibi idana ounje?	Do you want a kitchen sponge?
Mo fe ose	I need soap
Agboorun kii se tiwa	The umbrella is not ours
Awon aso ibora je ofeefee	The sheets are yellow
Se a ni ose alawo?	Do we have yellow soap?
Sarah o jeun ose!	Sarah eats soap!
Apata felefele ni	The razor is blue
Mo fi ago naa kun omi	I fill the cup with water
Awo je adayeba pupo	The color is very natural
Iwe irohin ni tuntun	The newspaper is the latest
Mo ni owo	I have money
Wakati t'okan	Next hour
Aye tii wa	The tea is natural
Ose-itan ni eyi	This is a historic week
Tani ta ni atele?	Who is the next one?

STORY MODE

YORUBA

Ade: "Kini o n se ni igi oti-waini?"

Fred: "Mo n wa foonu alagbeka mi."

Ade: "Se o sayewo lehin odi yii? Mo wo o duro ni window nigbakan."

Fred: "Mo sayewo nibikibi, ninu ero fifo, tabili wa ni ibikibi."

Ade: "Nibo ni o ti rii i tele?"

Fred: "Lori awon apo iwe ti se po ninu yara mi."

Ade: "Gbiyanju lati ranti ona re."

Fred: "O dara, nigba ti baba mi pe, Mo wa ninu digi baluwe. Nigbati ipe ba pari, Mo tan ina lati inu aja ti yara naa, lehinna Mo ranti ojo. Mo nilo lati nu adagun-omi na, nitorina ni mo sii kolofin naa o si mu agboorun kan. Ati ose die.

Lehin iyen, Mo pada lo si ibi idana ati sii firiji lati gba oje naa. Mo fi foonu mi legbe ago ati die ninu awon awopo. Obe tun wa lori tabili ibi idana ounje. Mo pada si yara naa, nibiti Mo ti pinnu lati mu oti saaju ki Mo sùn. Eyi ni ohun ti Mo ranti."

Ade: "Je ki a pada si yara re."

ENGLISH

Ade: "What are you doing in the wine cellar?"

Fred: "I am looking for my mobile phone."

Ade: "Have you checked behind this wall? I saw you standing by the window some time ago."

Fred: "I check everywhere, inside the washing machine, the table is everywhere."

Ade: "Where did you see it last time?"

Fred: "On the sheets folded in my room."

Ade: "Try to remember your way."

Fred: "Well, when my dad called, I was cleaning the bathroom mirror. When the call ended, I changed the light from the ceiling of the room, then I remembered the rain. I needed to clean the pool, so I opened the closet and took an umbrella. And some soap.
After that, I went back to the kitchen and opened the fridge to drink juice. I put my phone close to the cup and some dishes. There is also a knife on the kitchen table. I went back to the room, where I decided to take a drink before I took a nap. This is what I remember."

Ade: "Let's go back to the bedroom."

Chapter 15

ADJECTIVES

Keywords : Strong, full, common, free, strange, long.

Lekan si?	Once again?
O pe o ya	At last
Mo saare	I am sick
O yato si	It is different
Obinrin yii lewa pupo	This woman is very beautiful
Arabinrin ko darugbo	She is not old
Eyi see se	This is possible
Aso won je tuntun	Their uniform is new
Idahun re yato si ti emi.	His answer is different from mine.
Eleyi je kanna	This is the same
Ohun ti o fe ko see se	What he wants is impossible
Je omobirin ti o dara!	Be a good girl!
Awon awo ti orile-ede je alawo ewe ati ofeefee	The national colors are green and yellow
Se won ga?	Are they tall?
Eyi ni akara oyinbo ti o dara kan	This is a good cake
Mo kuru	I am short
A kii se kariaye	We are not international
Ko gbowolori	It is not expensive
Arabinrin mi je olokiki olokiki	My sister is very famous
Onkowe kii se olokiki	The writer is not famous
Ehin imu wa je olowo poku	Our toothpaste is very cheap
Papo yii je ofe	This package is free
Mo ni ominira loni.	I am free today.

Mo mo pe o je oloro pupo.	I know that you are very rich.
Se o ni oti oti ajeji?	Do you have foreign beer?

TRAINING TIME

Eyi ni buredi ojoojumo mi	This is my daily bread
O je iya ti igbalode	She is a modern mother
Mo ni ohun-ina elektiriki	I have an electric grill
O je olokiki pupo	She is very popular
Etewe yin nujonu na en?	What is important to him?
Esin yii je eranko ti o wulo	This horse is a useful animal
Eyi ni ibeere sisi	This is an open question
Se o nife si?	Are you interested?
Se a pe?	Are we perfect?
Ni o nikan ni omo?	Are you the only child?
Emi lagbara	I am capable
Apple pupa je kii se pataki	The red apple is not special
O ni aso ti o nife si	He has an interesting costume
Ise ise ibatan re je iyanilenu pupo.	Your cousin's work is very interesting.
O toju window naa ni titi	You keep the window closed
Iwo kii se okan nikan	You are not the only one
Arabinrin na lagbara pupo	She is very strong
A ko nira	We are not difficult
Bimo ti olu ni alewo ajeji	Mushroom soup has a strange taste

Iya-iya mi ngbe nikan.	My grandmother lives alone.
Yanyan yanyan lewu	Sharks are dangerous
Omo mi tobi pupo	My son is very big
Mo mu awon bata orunkun ti o wuwo	I bring heavy boots
Ale pupoju	Very long night
Ife kofi t'okan ni tire	The next cup of coffee is yours

TRAINING TIME

Rorun fun u	Easy for her
Inu mi kun	I'm stuffed
Mo je gbogbo adiye kan.	I ate a whole chicken.
O je alakikanju pupo lori won	She is very tough on them
Aso mi je funfun ati bulu	My skirt is white and blue
Eyi je iwe irohin lasan	This is an ordinary newspaper
Eyi je gidi	This is real
Ounje aaro ti setan	Breakfast is ready
O da mi loju	I am sure
Idahun re je deede.	Your answer is correct.
Oun je eniyan lasan	He is an ordinary person
A pinnu nitori a pinnu	We decided because we determined
Idahun re ko ye	Your answer is not clear
Akoko wa kuru	Our time is short
Bimo ti n tutu	The soup is getting cold
Arabinrin pupo ni, Emi dagba.	She is very young, I am old.
Oju ojo gbona loni.	The weather is hot today.
Osu Keji je osu kukuru	February is a short month

Se won ni awon ounje ipanu gbona?	Do they have hot sandwiches?
Isoro re je nira	Her problem is difficult
Omo ile-iwe didara ni	He is an excellent student
O sun ninu yara sofo kan	She slept in an empty room
Awon aso-ikele ni idoti	The curtains are dirty
Iwe irohin ti asa	A cultural newspaper
O si je alagbara pupo	He is very strong

TRAINING TIME

Eniyan ni awa	We are people
Ibi idana ko si ailewu	The kitchen is not safe
A ga ati alagbara	We are tall and strong
Mo ni aso to	I have enough clothes
O si buru paapaa	He is even worse
Mo fe gbe awon aso	I need to dry clothes
Eyi rorun	This is easy
Jowo, oje die	Please, some juice
O soro yarayara	He spoke very quickly
Emi kii se alejò	I am not a foreigner
Aso ibora je tinrin pupo	The blanket is very thin
Awon iwe won je toje	Their books are rare
Oun je eniyan ti o ni awon oro die	He is a person with few words
Awon aso-ikele je tinrin	The curtains are very thin
Omobinrin mi feran spaghetti tinrin	My daughter likes thin spaghetti
Awon iwe die pupo	Very few books
A mu pupo yarayara	We drink very quickly
Ile ti doti	The floor is dirty
Shampulu re je gbowolori	Her shampoo is expensive
A ko nira	We are not difficult
O ni awon sokoto sofo	He has empty pockets
A ni yara to sofo	We have a vacant room

Rara, eyi rorun	No, this is simple
Mo ro pe eyi ko seese.	I think this is impossible.
Mo ka iwe iroyin ti orile-ede.	I read a national newspaper.

TRAINING TIME

Eyi kii se ohun ti o wopo.	This is not a common thing.
Awon awo ti orile-ede je pupa, dudu ati ofeefee	The colors of the country are red, black and yellow
Ibi idana re je ile-ise	Her kitchen is industrial
Beeni, o rorun pupo	Yes, it's very simple
Won je talaka	They are very poor
Arabinrin náà mo púpọ̀	She is very frank
Kini akoko itan-akoole naa?	What is the historical period?
Lemonade je adayeba pupo	Lemonade is very natural
Won kii se ojuse	They are not responsible
Odi je ye	The wall is permanent
Nitori eniyan buburu ni mi	Because I am a bad person
Talaka ni mi	I am poor
Ose-itan ni eyi	This is a historic week
Won ki ise ohun abinibi	They are not natural
So otito inu jade	Frankly speaking
A ko se ojuse	We are not responsible
Oje je adayeba	Juice is natural
O je talaka pupo	He is very poor
Mo ni pepeye ti o lewa	I have a beautiful duck
Awon omo ile-iwe to dara ni won	They are good students
Won je awo kanna	They eat the same plate
O se daradara pupo	You did very well

O le je olode meji	You are bilingual
Aso yii je ewa	This dress is beautiful

TRAINING TIME

Won je odo	They are young people
O ni ife kanna	She has the same cup
O je adajo atijo	She is an old judge
Ibeere to dara	Good question
Bimo kanna	The same soup
Awon apple je dara pupo	The apple is very good
Iyen wulo?	Is that useful?
Eyi ni iwe tuntun	This is a new book
O sàn ju mi lo	You are better than me
Awon ina je gidigidi lati ri	The lights are hard to see
Buroda mi	My brother
Mo tobi ju arabinrin mi lo.	I am bigger than my sister.
Rara, iwo ni akoko	No, you are the first
A ki se eniyan titun	We are not new people
A ni o dara julo	We have the best
Arakunrin ati arabinrin wa ni wa	We are brothers and sisters
Se o ilosiwaju?	Is he ugly?
Se o fe aso tuntun?	Do you want new clothes?
Beeni, o je gidi	Yes, it is real
O je eniyan ti n sise	You are an active person
A ni eni ikehin	We are the last one
Beeni, won je gidi	Yes, they are real
Eyi ko seese	This is impossible
Beeni, eyi se pataki pupo	Yes, this is very important
Eyi ni akoko ikehin	This is the last moment

TRAINING TIME

Arakunrin mi se pataki pupo	My brother is very important
O je Oga ti n sise	He is an active boss
O ti pe pupo ni ale ana.	It was very long last night.
Ola ni ojo mi kehin	Tomorrow is my last day
Lile	Hard
Awon bata se pataki	Shoes are necessary
Eyi je ajo ti gbogbo eniyan	This is a public party
Onkowe rin nikan	The author walks alone
O je olokiki pupo pelu awon omode.	You are very popular with children.
O yato si mi.	You are different from me.
Foonu ikoko mi niyi	This is my private phone
O rin nipase ara re	He walks by himself
Wewe gbangba	Public bath
A ko gba wa	We are not welcome
Rara, won ko se pataki	No, they are not necessary
Awo naa je lile pupo	The plate is very hard
Won je osise gbangba	They are public workers
A ga ati alagbara	We are tall and strong
Awo alakobere	Primary color
O je eniyan ti o lagbara	He is a capable person
Awon eranko je alailegbe	Animals are unique
Mo wo ibudo telifisionu agbegbe.	I watch the local TV station.
Eyi je ailewu	This is safe
Ilekun	Door

TRAINING TIME

Arabinrin alagbara ni	She is a strong person
A yato	We are different

Arabinrin re nikan ni	She is your only sister
Iyen ko to	That is not enough
Awon ose die to n bo	The next few weeks
O je osere ojogbon kan	He is a professional actor
Arakunrin mi	My own son
Arabinrin na buru ju mi lo	She is worse than me
Kini ko seese?	What is impossible?
Aso yii je irorun	This dress is very simple
Mo ni aja mi	I have my own dog
A ko je awon osere ojogbon	We are not professional actors
Won ni ayeye tire	They have their own party
Eniyan buruku ni	He is a bad person
Mo wa deede	I am normal

TRAINING TIME

STORY MODE

YORUBA

"Dami je ki a se ere kan ti a pe ni 'awon alaye ete.' Idi pataki ti ere naa ni lati se alaye nipa lilo oro 'sugbon' ni iseju marun, tabi mu lati igo yii. Emi yoo bere."

"O sàìsàn, sugbon yàrá ni o mo."

Ben: "Iwe naa je ajeji sugbon pataki."

Dami: "Igo naa tobi, sugbon idiyele je deede."

Ben: "O ti daruko, sugbon o ni ofe lati se igbasile."

Dami: "Awon lulú je dudu, sugbon funfun."

Ben: "Marun ni o kere ju, sugbon Mo ni merin."

Dami: "Awon maapu naa jora, sugbon Mo sonu."

Ben: "Awon bata wonyi dara sugbon kii se atileba."

Dami: "Awon baagi wonyi je Ayebaye, sugbon kii se giga."

Ben: "Oko wa ni idoti, sugbon o pe."

Dami: "O rewa, sugbon kii se olokiki."

Ben: "O nira sii, sugbon rorun."

Dami: "Omodekunrin mi dùn sugbon o tun buruju."

ENGLISH

"Let's make a game called 'propaganda.' The main purpose of the game is to explain using the word 'but' in five minutes, or drink from this bottle. I'll start."

"You're sick, but you know the room."

Ben: "The book is strange but important."

Dami: "The bottle is large, but the charge is accurate."

Ben: "You mentioned, but it's free to record."

Dami: "The powder is black, but white."

Ben: "At least five, but I have four."

Dami: "The maps look similar, but I'm lost."

Ben: "These shoes are good but not original."

Dami: "These bags are classic, but not too high."

Ben: "Our husband is dirty, but he's perfect."

Dami: "She's beautiful, but not famous."

Ben: "It's more difficult, but easier."

Dami: "My boy is happy but still ugly."

Chapter 16

DETERMINERS

Keywords : These, too, this, certain, all, other, each.

Tuntun	New
Awon ise	Jobs
Ise sise	The activity
Awon seese	The possibility
O ni awon ologbo pupo pupo	She has too many cats
Gbogbo awon obinrin wa nibi	All the women are here
Bee ko ni labalaba	The bee is not a butterfly
Iwe yii je gbowolori ju	This book is too expensive
Yi tii je ti nhu	This tea is delicious
A ni digi pupa	We have a red mirror
Awon baagi wonyi je pupa	These bags are red
Karooti yii dun pupo	This carrot is very sweet
Awon iwe wonyi je tuntun	These books are new
Oko ayokele yii dabi oko ayokele tuntun	This car is like a new car
Awon omo-alade meji wonyi ni awon ibatan	These two plumbers are cousins
Ome yen ma yin asu sie	That person is not my husband
Ko se deede fun oko ayokele yen	She is not suitable for that car
Ile aafin naa funfun	The castle is white
Se o mo hoteeli naa?	Do you know that hotel?
Mo mo awon obinrin wonyen	I know those women
Sise ni gbogbo abule	Cooking in the entire village

O sise ni gbogbo oru	She works all night
Mo ni epo pupo	I have a lot of oil
Emi ko ni awon ore	I do not have friends
Opolopo eniyan lo wa nibi.	There are many people here.

TRAINING TIME

Se o ranti awon odun wonyen?	Do you remember those years?
O mu igo wara kan ni gbogbo owuro.	He drinks a bottle of milk every morning.
Mo ti ka opolopo awon iwe iroyin.	I have read several newspapers.
Nko feran awon foonu na.	I don't like those phones.
Awon seeti yen kere ju fun un.	Those shirts are too small for him.
Awon seeti kekere die ninu yara naa.	There are a few shirts in the room.
Awon omokunrin pupo wa ninu agbala naa.	There are several boys in the park.
Lojoojumo, gbogbo obinrin n pe	Every day, every woman calls
Gbogbo awon eranko lo wa ninu zoo.	There are all kinds of animals in the zoo.
Emi ko fe lati ni ayeye fun igbeyawo mi.	I don't want to have a party for my wedding.
Olutoju sise ninu igi miiran	The waiter works in another bar
Die ninu awon nkan yipada lori akoko	Some things change over time
Die ninu awon eniyan ko sise bi i	Some people don't work like him
Se o mo die ninu awon ile itaja to dara?	Do you know some good stores?
Emi ko sise pelu awon eniyan kan.	I don't work with some people.
Pupo awon nkan ko ye	Too many things are not clear

O mu oti-waini pupo	He drank too much wine
O mu oti pupo	He drank too much beer
Die ninu awon eniyan ko je efo	Some people don't eat vegetables
A mo opolopo awon nkan	We know a lot of things
Opolopo eniyan lo wa ninu ogba na.	There are too many people in the park.
Die ninu awon obinrin je lewa julo	Some women are more beautiful
A rii gbogbo awon eranko ni ile eranko.	We saw all the animals at the zoo.
A ni awon milionu	We have millions
Gbogbo ebi sise lori r'oko	The entire family works on the farm
Mo fe iru efo eyikeyi	I want any kind of vegetables
Eyikeyi ijoko le see ya	Any seat can be taken
O mo, emi ko ni idile kankan.	You know, I don't have any family.
Won ni omo miiran	They have another son
Mo nife re ati ebi mi.	I love him and my family.
Se o fe ago tii miiran?	Do you want another cup of tea?
Awon eso wonyi je pupo	These apples are very big
Die ninu awon obinrin mu tii alawo ewe	Some women drink green tea
Kí ló dé tí àwon okùnrin yen fi ń wò ọ́?	Why are those men looking at you?

TRAINING TIME

STORY MODE

YORUBA

Yinka: "Awon windows melo ni o wa ni ile yii? Gbogbo eniyan so mejo, sugbon emi ko gba."

James: "Iwe mi ko ni awon window, nitorinaa meje wa."

Yinka: "Ati ni ile Ikoyi? Melo ni o wa?"

James: "Merin."

Yinka: "Merin? Siyesi iwon ti yara naa, o nilo fentilesonu pupo."

James: "Die ninu awon windows je gbowolori, ati pe o nira lati ra die sii ju 7."

Yinka: "Ti o ba ni foonu alagbeka re, o ye ki o sayewo awon aworan lori oju opo weebu mi. Foto kookan kere ju $ 70, ati pe o je didara kanna bi awon akomo miiran."
* wa lori ayelujara *
James: "Awon window je lewa, paapaa awon meji ni igun oke apa osi. Mo fe awon meji wonyi."

Yinka: "Mo mo pe iwo yoo nife re, ati pe Mo nireti pe o le je alabara mi akoko ni osu yii. Ti o ba le ni owo re, Mo le fun o ni edinwo 5%."

ENGLISH

Yinka: "How many windows are there in this house? Everyone says eight, but I don't agree."

James: "My bathroom has no windows, so there are seven."

Yinka: "And the house in Ikoyi? How many?"

James: "Four."

Yinka: "Four? Considering the size of the room, you need a lot of ventilation."

James: "Some windows are expensive, and it is difficult to buy more than 7."

Yinka: "If you have your own mobile phone, you should check some pictures on my website. The price of each picture is less than $70. I think they can be accessed, and the quality is the same as other brands."

searches online

James: "The windows are beautiful, especially the two in the upper left corner. I like these two."

Yinka: "I know you will like it, because I hope that you can be my first customer this month. If you can afford it, I can offer a 5% discount."

Chapter 17

ADVERBS

Keywords : Much, little, much, above, below.

Dara	Okay
Elegbe	Almost
O je ounje pupo	He ate a lot of things
O lagbara pupo	You are so powerful
Ibo ni won ti wá?	Where are they from?
Eyi je gbowolori pupo	This is very expensive
Mo mo ibiti o ti wa	I know where he is from
Awon baagi melo ni o ni?	How many bags do you have?
Se o wa nibe?	Are you from there?
Ko gbowolori pupo	It is not very expensive
Mo sise pupo ni ose yii.	I work a lot this week.
Won n gbe sibe	They live there
A mo die si nipa re.	We know very little about him.
Alantakun wa labe warankasi	The spider is under the cheese
Eye yii wa loke ile-eran	This bird is above the zoo
A wa ni ita ile ounje	We are outside the restaurant
O ju odun mewa lo	More than ten years
Mo nduro lode	I am waiting outside
Orisun omi ti n bo	Spring is coming
Won wole pelu re	They went in with her

O wa yika	She looks around
Mo jade lehin ounje ale.	I go out after dinner.
Awon obinrin wa nibi.	The women are here.

TRAINING TIME

Emi na	Me too
Mo jeun nigbati mo fe	I eat when I want
Ojo Satidee wa saaju ojo Ose	Saturday comes before Sunday
O jeun bi o ti see se	You eat as much as possible
Ile ifiweranse ti ifiweranse wa nibi	The postman's apartment is here
Se o nigbagbogbo ko awon leta si awon obi re?	Do you often write letters to your parents?
Orisun omi n bo lehin igba otutu	Spring is coming after winter
Arabinrin re je lewa bi lailai	Your sister is as beautiful as ever
Iya mi dara julo	My mother is better
Dara o seun	Okay thank you
Looto	Really sorry
O seun, won dara pupo	Thank you, they are very good
Arakunrin mi ko mu	My brother never drinks
Mo wa dara pupo	I'm very good
Lo nibikibi ti o fe	Go anywhere you want
Ko dun ju	Not too sweet
Se won wa nibi paapaa?	Are they here too?
Fere osan gangan	Almost noon
Se o da wa?	Are you alone?

Emi ko je pupo ju	I don't eat too much
Mo wa nibi laipe.	I am here soon.
ko da mi loju	I am not sure
Won tun gbe ibi	They also live here
O han ni, eso naa dun pupo	Obviously, the fruit is very sweet
Nitorinaa kilode ti won wa nibi?	Then why are they here?

TRAINING TIME

Nje omo-alade si wa nibe?	Is the plumber still there?
Eyi ko see se	This is absolutely impossible
O si tun wa nibi	He is still here
O je alawo ewe patapata	It is completely green
Ti akoko	Timely
Esin yii tun je odo	This horse is still very young
Nibi gbogbo dabi eyi	Everywhere is like this
A ti tele ninu Osu Karun	We are already in June
Se o ni awon omo?	Do you have children?
Eyi je igbadun pupo	This is very interesting
Sugbon ojo naa ko daju	But the date is not certain
O kere ju, won jeun ni tabili	At least they are eating at the table
Emi ko je eran, sugbon Mo je eja.	I don't eat meat, but I eat fish.
Ni eyikeyi nla, eyi kii se pataki	In any case, this is not important

Nje Ojo Jimo?	Already Friday?
Ni ologbo kan	Have a cat
O dabi iya re	You are like your mother
A nlo ni bayi	We are leaving now
Kilode ti awa ko paapaa ni orita?	Why don't we even have a fork?
Mo ko iwe kan ni gbogbo odun.	I write a book every year.
Je ki a lo papo?	Let's go together?
Apple wa lori tabili	There is an apple on the table
O kan je asin	It's just a mouse
Mo nipataki soro nipa won.	I mainly talk about them.
Loni, o da mi loju	Today, I am sure

TRAINING TIME

Gan jina	Very far
Nigbagbogbo	Usually
Rara nisin ko	No, not yet
Lakotan	Finally
Ma a ri e laipe	See you later
O dabo	Goodbye
Dajudaju, oun gan-an ni.	Of course, it is really him.
O da mi loju	I am sure
Boya Osu Keta, sugbon kii se Osu Kerin	Maybe March, but not April
Boya o je awon kuki ti colaterún Chocolate	Maybe it's Chocolate chip cookies
Boya oun yoo se ounje ale	Maybe she will cook dinner
Boya eyi je otito	Maybe this is true
O wa nibe	She is there

Ni gbogbogbo, o funfun	Generally, it is white
O ko fun wa ni pataki	You write for us specifically
Ni ipari, o je Ojo Jimo.	Finally, it is Friday.
Se o sùn lopolopo?	Have you slept a lot?
O lewa pupo	You are very beautiful
Arabinrin mi ko mu	My sister never drinks
Eyi je deede deede	This is completely normal
Mo ni bata meji pere	I only have a pair of shoes
O nrin kiri	She is walking around
O soro daradara	He spoke very well
Arakunrin mi ko mu	My brother never drinks
Eyi yato patapata!	This is totally different!

TRAINING TIME

Patapata	Completely
Laiseaniani	Undoubtedly
Gangan!	Exactly!
Mi o we	I never swim
Eniyan rere looto.	You are really a good person.
Beeni, Emi yoo lo lesekese	Yes, I will go immediately
Boya eyi je pupo ju	Maybe this is too much
Leekansi, o dabo	Again, goodbye

O le ti de loni.	He may have arrived today.
Labe tabili	Under the table
A tesiwaju	We move on
Iwo ti fere to arakunrin mi	You are almost my brother
Leekansi, o seun, dokita	Again, thank you, doctor
Boya eyi see se	Maybe this is possible
O nran mi o sùn labe aga	My cat is sleeping under the sofa
Eran elede wa labe tabili	The pig is under the table
Won je ojuse dogba	They are equally responsible
Won de lesekese	They arrive right away
O jeun pasita nikan	He only eats pasta
Eyi seese patapata	This is entirely possible
Arabinrin na ni o koko jeun suga	She mainly eats sugar
Oun ni eniyan miiran	He is another person
Beeni, laipe	Yes, recently
O je alawo ewe patapata	It is completely green
Eso nikan ni o je	She only eats fruit

TRAINING TIME

A wa nibi	We are here
O kun gaari	It is mainly sugar
O lagbara ti o lagbara	You are fully capable
A ti soro laipe	We have talked recently

A mu pupo yarayara	We drink very quickly
Eyi gbodo je erin mi	This must be my elephant
Esin máa ń sáré gan-an	A horse runs very fast
Kini gangan ni won?	What exactly are they?
Emi ni idaniloju pipe	I am absolutely sure
Beeni, o daju pe o dara julo.	Yes, you are definitely better.
Oje, dajudaju	Juice, of course
Ojoru, nigbagbogbo	Wednesday, usually
O rin laiyara	He walks very slowly
Ko wulo	Unnecessary
O rorun lati ka	She is easy to read
Le buru	May be worse
Omokunrin re tile soro	His son barely speaks
Eyi je ibatan tuntun	This is relatively new
O jeun laiyara	He eats slowly
Nigbagbogbo, o gba odun	Usually, it takes years
Ose ti o koja	The past week

TRAINING TIME

STORY MODE

YORUBA

"Ni ipari, iwo yoo wa si agba-boojo ni ojo Jimo?" Kemi so.

"O seese." James dahun.

"Ti o ko ba lo, iwo yoo padanu. Awon ohun mimu ati awon ayeye yoo wa."

Gbogbo re da lori arabinrin mi. Ti o ba lo, Emi yoo lo. Saaju ki o to ti, Emi ko pinnu sibesibe." Jakobu fesi.

"O ni lati pinnu ni bayi; apakan VIP je okan ninu awon eya ti o dara julo ni agbaye." Kemi tesiwaju.

"Emi tun nse iyemeji." James so.

"Ti o ba yi okan re pada nipari, o le pe ju, iwo kii yoo ni aye lati ri olufe ayanfe re leekansii."

ENGLISH

"Finally, will you come to the club on Friday?" said Kemi. "Possibly." James replied.

"If you don't go, you will miss out. There will be drinks and celebrities."

"It all depends on my sister. If she leaves, I will leave. Before that, I have not decided yet." James replied.

"You have to decide now; the VIP part is one of the best parts of the world." Kemi continued.

"I am still hesitating." James said.

"If you finally change your mind, it may be too late, and you will never have the chance to see your favorite artist again." said Kemi.

Chapter 18

OBJECTS

Keywords: Car, machine, box, comb, wheel, ball, glasses.

Alupupu	Motor
Pen	Pen
Maapu	Map
Igo	Bottle
Komputa	Computer
Ikeko	Train
Keke keke	Bicycle
Boolu	Ball
Botini	Key
Oko ayokele kan	A car
Awon nkan	The piece
Redio	Radio
Ofurufu yen	That plane
Kamera	Camera
Batiri	Battery
Apoeyin	Backpack
Scissors	Scissors
Kaadi	Card
Oko oju omi	This ship
Ese	Foot
Mo fe opolopo nkan	I want a lot of things
Eyi je nkan atijo	This is an old thing
Mo ni oko ayokele kan	I have a car
Owo nla	Big coin
Foonu mi	My cell phone

TRAINING TIME

Botini naa	The key
Owo	Money
Iwe irohin naa	The magazine
Iwe iroyin	Newspaper
Belii naa	The bell
Ife	Cup
Okan	Mind
Afara	The bridge
Goolu	Gold
Fadaka	Silver
Iwe	Paper
Awon dola	The dollar
Nkan wonyi	These things
Filimu na	The film
Iwe naa	The document
Foonu alagbeka	Mobile phone
Iboju	Screen
Se o toju iwe-iranti kan?	Do you keep a diary?
Mo tun ni iwe-iwe ijumosoro kan.	I also have a diary.
Se won ni konputa?	Do they have a computer?
Idapomora omobirin naa	The girl's comb
Mo ni apoowe tele	I already have an envelope
A gbe apoti sori tabili	The box is placed on the table
A ni apoti ti awon kuki wa	We have a box of cookies

TRAINING TIME

Owo	Coin
Aworan	Flag
Owo-iwe	Bill
Oko	Car
Keta	Wheel

Awon ihamora	Arms
Fele	Brush
Apoowe	Envelope
Comb	Comb
Iwe Ijumosoro	Diary
aworan	Photo
Awon apá	The arms
Aworan	The image
Bunkun	Leaf
O fe awon gilaasi pupa die	He wants some red glasses
A ni awon onijakidijagan tuntun ni igba ooru.	We have new fans in the summer.
O wa ni ilera to dara	He is in good health
Mo ni ebun pipe	I have the perfect gift
Eyi je nkan kekere	This is a small piece
Mo ri botini itewe	I saw a keyboard
Loni, Mo ni iwe-ase naa.	Today, I got the license.
Mo fe ebun kan	I want a gift
Nko rii iwe-ase mi.	I can't find my license.
O baba mi ni fère ati korin kan.	My father has a flute and a violin.
Nigbagbogbo so ohun kanna	She always said the same thing

TRAINING TIME

Ero	Engine
Otí	Alcohol
Apamowo	Handbag
Igo wa	Our bottle
Eti	The edge
Goolu ni temi!	The gold is mine!
Mo n kiko lori iwe funfun	I am writing on white paper
Mo ni keke ati ero	I have a wheel and an engine

O ko ni akoko lati se awon nkan pataki	You never have time to do important things
Eyi ni iwe ti o sofo	This is a blank sheet of paper
Oko ayokele ko ni epo	The car is out of oil
Mo fe ra batiri fun oko ayokele mi.	I want to buy a battery for my car.
Tani o ni irinse yii?	Who has this instrument?
Oko oju omi yii ti pe	This ship is very old
Oko arakunrin aburo mi je tuntun tuntun.	My cousin's car is very new.
A ni oko ayokele kan	We have a car
Olori na nsoro nipa oko oju-omi.	The captain is talking about the ship.
Eyi ni oko ayokele mi	This is my car
Mo ni koodu	I have a code
Se o je ero kan?	Are you a machine?
Eyi ni iwe kan	This is a column
A ka iwe iroyin bayi	We read the newspaper now
Nigbagbogbo o ka iwe irohin kan	He always reads a magazine
Omobinrin yii kowe awon oju-iwe pupo	This girl wrote a lot of pages
O nilo apakan ti firiji	She needs a part of the refrigerator

TRAINING TIME

Batiri naa	The battery
O ni soobu kan	She has a chain store
O ni bata meji ti oju bulu	She has a pair of blue eyes
A ka irohin naa	We read the newspaper
Kini nkan ninu ekan naa?	What is the object in the bowl?
Awon aso re je alailegbe	Her clothes are unique

Eyi je ohun ti o dara nigbagbogbo	This is always a good thing
O ni owo kekere	He has a little money
Se o ni iwe?	Does she have paper?
Mo ni bolu	I have a ball
Mo ni oko ayokele kan	I have a car
Julius gbe bota bo si ese re	Julius puts butter on his feet
Apoti mi ni ofeefee	My suitcase is yellow
Mo ni oro	I have text
TV je gbowolori	TV is expensive
O mu ni osan	He drinks in the afternoon
O fi owo naa fun awon okunrin naa	He gave the money to the men
Awon o nran n be lori oke aja naa	The cat sleeps on the top of the dog
O se awon ohun elo ti o gbowolori	He produces expensive items
Won san dola kan	They paid a dollar
Ajá ajá ni gbowolori	Dog food is expensive
Se o ni foonu alagbeka kan?	Do you have a cell phone?
Apoti arabinrin mi tobi pupo.	My sister's suitcase is very big.
Se o ni owo-fadaka kan?	Do you have a coin?

TRAINING TIME

Aworan	Photo
Iboju	Screen
Oju	Eye
Orí	Head
Aworan	Flag
Orisun	Source
Ero	Engine
Awon ihamora	Arms
Keta	Wheel

Lulú	Powder
Ero	Machine
Apakan	Fragment
Àpótí	Box
Igo	Bottle
Mo nilo batiri kan	I need a battery
Nko feran nkan yen.	I don't like that thing.
Agbejoro naa te iwe kan	The lawyer published a paper
Tani o ni faili na?	Who has the file?
Tani miiran wa ninu oko ayokele?	Who else is on board?
Se o ni kamera kan?	Do you have a camera?
Oko oju-omi kekere mi je bulu	My boat is blue
Se o ni aago kan?	Do you have a watch?
Iwe irohin je aipe	The newspaper is recent
Faili yii ni awon oju-iwe pupo	This file has many pages
Mo fe ounje ipanu kan ati gilasi kan ti omi.	I want a cheese sandwich and a glass of water.

TRAINING TIME

Alaafia	Peace
Eka	Department
Iyika	Movement
Iwadi yii	This survey
Agbara	Capacity
Tialagbara	Necessity
Ipa	Effect
Koodu	Code
Mo sanwo nipase kaadi	I pay by card
Eyi ni orisun owo	This is the source of money
Se o ni ikowe kan?	Do you have a pen?
Eyi ni agogo naa	This is the bell
Nkan nla kan	A large object

Kii se aago kan	It is not a clock
Mo nilo iwe irohin Geesi.	I need an English magazine.
Awon ohun ti ara eni	Personal items
Eyi ni dola	This is the dollar
Eyi ni oko ayokele mi	This is my car
Se o n sise lati odo oko akero?	Does he go to work by bus?
A ni awon keke-keke	We have bicycles
Kononeli naa ni bombu kan	The colonel has a bomb
Mo ni ikowe	I have a pen
Ifihan nla	Large display
Eyi ni igo pelu awon akosile	This is a bottle with notes
Oti je fun awon agbe	Beer is for farmers

TRAINING TIME

Awon apá	The arms
Awon opa ehin	The spine
Se o je ero kan?	Are you a machine?
O gboran si awon ofin naa	She obeys the rules
Arabinrin na ti gbon	She is very smart
Onkowe ti ka moto	The author has read the motor
Eyi je ohun buru	This is a bad thing
Awon keke wa ni funfun	The wheels are white
Ajonirun buruju	The bomb is terrible
O ni oko ayokele kan	He has a car
Ewo wo ni o dara fun yin?	Which shoe is right for you?
O fihan iwe iroyin kan fun o	She showed you a newspaper
Emi yoo wa ri o nigbamii.	I will come to see you later.
O tele mi	He followed me

mo fe o	I want you
O je eso apple kan	You ate an apple
Awon bata wonyi kii se fun mi.	These shoes are not for me.
O tele mi	You follow me
O wa wo o	He looks at you
A je osan kan	We ate an orange
O ba won soro	You talk to them
Won ti wa ni smati, se kii se nkan naa?	They are smart, aren't they?
Awon bata mi je gbowolori	My shoes are expensive
O ta wa lenu	She blames us
Atupa na gbowolori	The lamp is expensive

TRAINING TIME

STORY MODE

YORUBA

Leon: "Loni a yoo ko nipa awon nkan lati awon aworan lori oko. Lati osi si otun, kookan yoo loruko awon nkan meje lori oko ki o jiroro lori lilo won.

Yemi! Je ki á bere pelu re. Jowo bere."

Yemi: "Apple, rogodo, batiri, keke, agogo, igo, apoti."

Kunle: "Kalenda, kamera, oko ayokele, foonu alagbeka, aago, konputa, ago."

Justin: "Awon dola, awon asia, awon ile, awon botini, awon maapu, iwe, awon ikowe."

Julia: "Aworan, redio, alumogaji, oko oju omi, apo, oko oju irin, awon keke."

ENGLISH

Leon: "Today we will learn about objects from the pictures on the board. From left to right, each of you will name seven objects on the board and discuss their use.

Yemi! Let's start with you. Please start."

Yemi: "Apple, ball, battery, bicycle, clock, bottle, box."

Kunle: "Calendar, camera, car, mobile phone, clock, computer, mug."

Justin: "Dollars, flags, houses, keys, maps, paper, pens."

Julia: "Image, radio, scissors, boat, suitcase, train, wheels."

Chapter 19

PLACES

Keywords : Province, bookstore, theater, palace, bridge, corner, park, supermarket, place, prison.

Hoteeli	Hotel
Ile-ounje	Restaurant
Idile	Family
Ile-iwe	School
Ile-ikawe	Library
Papa oko ofurufu	The airport
Oke naa	The mountain
Oju opo weebu	Website
Afara	The bridge
Igun	Corner
Aarin	Center
Aaye	Field
Bank	Bank
Ile ijosin	Church
Ile kasulu	Castle
Oja	Market
Awon square	The square
Agbegbe yii	This area
Ere itage	Theater
Pepe	The bar
Àgbàlá	Courtyard
Agbegbe	The area
Offisi	The office
Ile naa	The building

TRAINING TIME

Sewon	Prison
Agba duro	Park
Ile ono	Museum
Erekusu kekere	Small island
Ogba	Garden
Agbegbe	Municipality
Avenue	Avenue
Rogbokú	Lounge
Ibugbe	Residence
Kofi	Coffee
Ilu kekere	Small town
Opopona	Road
Eti okun	Beach
Olu	Capital
Ejo	Court
Mo ri ile odi	I saw the castle
Se a wa ni hoteeli kanna?	Are we at the same hotel?
Tani o te sinu ile itaja iwe naa?	Who entered the bookstore?
Ilé náà tobi	The building is huge
O ra buredi lati ibi-ise	She buys bread from the bakery
Ibo ni ile itawe wa?	Where is the bookstore?
Ile-itaja wo ni o ta iwe re?	Which bookstore sells his book?
Ile tuntun naa tobi pupo	The new building is very large
Lati orule ni a rii ile-odi	From the roof we saw the castle

TRAINING TIME

Baba mi ni igi agba	My father has a bar
Ilu oke ni eyi	This is a mountain city
Ebi yii n sise ninu awon aaye	This family works in the fields

Ni irole, a lo si opa ni igun	In the evening, we went to the bar at the corner
Mo mo ilu naa daradara	I know the city very well
O n sare ninu oko	She is running in the field
Ibi idana wa ni aarin ile naa	The kitchen is in the center of the house
A n gbe ni agbegbe nla kan	We live in a large area
Nibo ni ipo mi?	Where is my location?
Se o wo enu si ogba isere naa?	Do you see the entrance to the park?
Aye wo ni o fe?	Which place do you want?
Mo lo si aye re	I went to your place
Won wa ni papa-isere	They are at the stadium
Gbogbo agbegbe	The entire area
Kini oruko ti agbegbe kariaye?	What is the name of the international community?
Ile-ise fifuye tuntun wa nibi	The new supermarket is here
Ola, mo n lo si abule	Tomorrow, I am going to the village
Itage naa tobi pupo	The theater is very big
Ode wo ni o nyorisi ilu naa?	Which street leads to the city?
Awon ilu wonyi yato	These towns are different
Mo nlo si opopona kan	I am going to a street
A de lati ibudo	We arrived from the station
O sise ni ile itaja kan	He works in a store

TRAINING TIME

Abule naa	The village square
Yara ibusun	Bedroom
Port	Port
Erekusu kekere	Small island
Nitosi	Nearby
Agbegbe naa	The province
Ile-iso	Tower
Idile	Family
Opopona	Road
Ile-ikawe	The library
Àgbàlá	Stadium
Opopona	Street
Ere itage	Theater
Ibuso	Station
Ilu	City
A n gbe ni awon oke ti awon aladugbo	We live in the mountains of the neighbors
O ni aso ndari oko oju irin ti atijo	He has an old train conductor uniform
A ri aafin ni ale yi	We saw the palace tonight
Awon obinrin aladugbo dara julo	The neighboring women are very beautiful
Loni, a nje ni aafin	Today, we are eating in the palace
Egbe nitosi ile mi	Party near my home
O ngbe ninu aafin pataki	He lives in an important palace
O je ilu ti ile ijosin	It is the city of the church
Ben jeun ni ile ounje	Ben eats at the restaurant
O n fe ile	He wants land

TRAINING TIME

Ileto	Colony
Àwòrán àwòrán	Gallery
OrílE-èdè	The mainland
O sàbewò igbekale	He visited the institution
Agbegbe mi niyi	This is my area
Kaabo si ounje mi	Welcome to my restaurant
Kaabo si hoteeli naa	Welcome to the hotel
Jo rin ni eti okun	Jo walks on the beach
Akin wa ni agbala	Akin is in the yard
Ben ninu ogba	Ben in the garden
Ibo ni oko reluwe wa si Square Teslim?	Where is the train to Teslim Square?
Mo ni ile ni gbogbo orile-ede	I have a house in every country
Ibi yii dabi eni pe o tobi pupo	This place seems very big
Agbegbe re ni yii	This is his area
Mo wa ni ilu yii	I am in this city
Ile mi ko ni orule kankan	My house has no roof
Ilu ko dara	The city is not good
Awon aaye wonyi kere	These places are small
Ile nla	Great building
Akin se boolu ni papa itura naa	Akin plays in the park
Nibo ni musiomu naa wa?	Where is the museum?
Eyi je ona pataki	This is an important way
Afirika kii se orile-ede	Africa is not a country
A rin lori square	We walked on the square
Awon square je lewa pupo	The square is very beautiful

TRAINING TIME

Orile-ede	Country
Awon agbegbe wonyi	These areas
Ile oju	Terrain
Arakunrin baba mi ni ile ni Ilu Italia.	My uncle has a house in Italy.
Awon agbegbe n so Geesi	The community speaks English
O lo si koleji	She went to college
O mo pupo nipa banki naa	She knows a lot about the bank
A soro nipa awon agbegbe wonyi	We talked about these areas
A je agbegbe ti o tobi	We are a huge community
A n rin ni ona opopona	We are walking on the side of the road
Banki je funfun	The bank is white
Ile-iwosan ti o dara pupo wa	This is a very good hospital
Ni etikun	On the coast
Eyi je ibudo pataki	This is an important port
Arabinrin mi lo si ile-eko naa	My sister went to the institute
O je igbekale ti o dara julo ni orile-ede naa	It is the best institution in the country
Awon yara wonyi o tobi pupo	These rooms are very spacious
Awon ile-ise wonyi gbekele wa	These institutions rely on us
Eyi je agbegbe nla kan	This is a big territory
Ààfin re ni ile re	Your house is a palace

TRAINING TIME

STORY MODE

YORUBA

Angelo: "Saaju ki n to lo si ile, Mo nilo aaye tuntun lati sinmi. Se o ni awon aba eyikeyi?"

Akin: "Eyi kii se isoro. Opolopo awon yeyin wa ni ilu, die ninu eyiti eyiti pelu awon ile ono, awon ere aworan, awon ile-ikawe ipinle, awon ile itaja ati opolopo awon ifi ati awon ile ounje.

Ti o ba nife iseda, o le sabewo si agbala ti orile-ede."

Angelo: "Nibo ni o wa?"

Akin: "O wa nitosi ile-ounje iwe sise ati Papa oko ofurufu ni adugbo kefa. Awon bulooki die ni iwo-oorun ti enu-ona ile-eko giga ati ile ile-iwosan."

Angelo: "Mo nilo aaye nitosi ile mi. Aaye yi jinna si mi."

Akin: "Tabi, o le sàbewò Oniru Castle. O wa ni agbegbe idakeje ti ko jinna si ofiisi, tabi paapaa ohun asegbeyin Oniru kan ti o je ti idile Oniru. O tun ni igi bar ati eti okun ikoko kekere."

Angelo: "Bawo ni mo se wa sibe?"

Akin: "O wa nitosi Ibuso Yaba, ni ona opopona ti o wa lehin Ile Idagbasoke Idagbasoke ilu."

ENGLISH

Angelo: "Before I go home, I need a new place to relax. Do you have any suggestions?"

Akin: "This is not a problem. There are many places in the city, some of which include museums, art galleries, state libraries, shopping centers and many bars and restaurants.
If you like nature, you can go to the national park."

Angelo: "Where is it?"

Akin: "It's just around the cooking school and airport in the sixth district. A few blocks west of the university gate and hospital building."

Angelo: "I need a place close to my home. This distance is too far for me."

Akin: "Or, you can visit Oniru Castle. It is in a quiet area not far from the office, or even the Oniru Resort owned by the Oniru family. It also has a bar and a small private beach."

Angelo: "How do I get there?"

Akin: "It is close to Yaba Station, the second street behind the Urban Development Institute."

Chapter 20

PEOPLE

Keywords : Adult, children, humans, people, person.

Eniyan	People
Arabinrin yii	This lady
Ayaba	Queen
Ara ilu	The citizen
Aládùúgbò	Neighbor
Niye	Naive
Ijiya	Victim
Elewon	Prisoner
Ti ara eni	Personal
Elegbe	Colleague
A ni egbe kan ti awon ore	We have a group of friends
Kini a fun awon agba ati omode?	What do we give to adults and children?
Mo nife aferan mi	I love my fiance
Won ti wa ni kanna ojo ori	They are the same age
Awon omo mi ga pupo ni ile	My children are very tall at home
Ogunlogo naa duro de idahun naa	The crowd waits for the answer
Olukuluku wa ni a	We are individuals
O ti di agbalagba bayi	You are an adult now
Ife kofi t'okan ni tire	The next cup of coffee is yours
Emi ki i se alejo	I am not a guest
On ni alabasepo mi	He is my partner

Olopa wa eniyan ti o lewu	The police search for a dangerous person
Igbeyawo olokiki ni yoo waye ni ose ti n bo	A famous wedding will be held next week
A ni atele	We are next
Euroopu je gidigidi tobi	The union is very big

TRAINING TIME

Omo mi kan je odo	My son is just a teenager
Ilu na ni olugbe ti o tobi	The city has a large population
Tani o tele?	Who is next?
Emi li omo	I am a child
Arabinrin mi kii se	She is not my fiancee!
Kini eniyan ro?	What do people think?
Iran tuntun ti oye	A new generation of understanding
Emi kii se eniyan lasan	I am not an ordinary person
Arabinrin naa lagbara ninu iwa	She is strong in character
O dara ale, awon arakunrin ati arabinrin.	Good night, gentlemen and ladies.
Baba re pade iyawo	His father met the bride
A ko je elegbe	We are not colleagues
Awa ki ise ara ilu	We are not citizens
Mo ni ibatan pelu ibatan arabinrin mi	I have a special relationship with my aunt
Asa mi ni yi	This is my culture
Eniyan rere ni wa	We are good people
O lo si Euroopu	He went to the union
Eda eniyan je alailegbe	Humanity is unique

TRAINING TIME

Agbe	Farmer
Ara ilu	Citizen
Egbe elegbe mi	
Awon omokunrin naa se ikeko ni papa-isere	The boys train in the stadium
Ko ni awon ota	She has no enemies
Omo naa mu oje eso ajara	The child drinks grape juice
Ta ni odo kan?	Who is a teenager?
Arabinrin yii je iduro	This lady is responsible
O je obirin ti o ni iwa	She is a woman with character
Awon olukopa gbo	The audience heard
Arabinrin re ni iyawo	Your sister is my bride
Eniyan lo je eran	Humans eat meat
Gbeto le dotoaina pondohlan aholu ton le	The crowd listened to the views of the king
O ni awon asa to dara	You have good customs
Nigbawo ni igbeyawo naa?	When is the wedding?
Kini omo ilu kan?	What is a citizen?
Awon alejo tun sise	Guests also work
Kayode ni Eniyan	Kayode is a person
Eniyan so	People watch
O ko ni asa kankan	You have no culture
Eniyan rere ni won	They are good people
Aja naa ni ore ti o dara julo ti eniyan	The dog is man's best friend
Ko mo ojo-ori re	He doesn't know his age
Ihuwasi ti o dara	What a good habit

TRAINING TIME

Egbe naa sewo si ile-iwosan	The team visited the hospital
Won je aladugbo tuntun	They are new neighbors
O je okan ninu awon aladugbo mi	He is one of my neighbors
A sise lile	We work hard
O nran je eranko ti o dara pupo	The cat is a very good animal
Arakunrin baba mi ko nkan nipa irin-ajo.	My uncle wrote an article about travel.
Awon agbalagba je pataki pupo	The elderly are very important
Rara, oun kii se orekunrin mi.	No, he is not my boyfriend.
O je eniyan ti o nife si	She is a very interesting person
Fun gbogbo olugbe	For the general population
On ni iyewu mi	He is my roommate
Agbalagba ni nwon	They are small adults
Eyi je olúkúlùkù	This is an individual
O ti di agba agba	You are already an adult
O wo awon omobirin	She looks at the girls
Eyi ko dara fun eniyan	This is not good for humans
Emi na ko	Neither do I
Se o ni ota kan?	Do you have an enemy?
Won keko irin-ajo	They study tourism
Olopa ni won	They are officers
Mo ni ota	I have an enemy

TRAINING TIME

A ni idapo kan	We have an association
Ni afikun, a ko ni awon eleri	In addition, we have no witnesses
Oun yoo je onirele nigbagbogbo	He will always be a gentleman
Emi ko fe oti-waini, sugbon mo fe lati mu omi.	I don't want wine, but I want to drink water.
Mo je eleri kan	I am an eyewitness
Kini idi ti awon odo ko ko?	Why don't young people learn?
Eyi kii se igbeyawo ti o dara	This is not a good marriage
Emi ko sanwo fun ore mi.	I don't pay for my friend.
A ni awon olufaragba nibi	We are the victims here
Alabara mi gba laaye	My partner allowed it
Dokita yoo gba awon abajade ni ola	The doctor will receive the results tomorrow
Oluko ka iwe kan fun wa.	The teacher read a book for us.
O toju awon osise re daradara	He treats his staff very well
A ni awon aye orisirisi meta	We have three different places
Otọ sie yiwanna en taun.	My father loves her very much.
Ilu ara ilu se pataki pupo	Civil society is very important
Eniyan	People
Arabinrin yii	This lady
Ayaba	Queen
Ara ilu	The citizen

TRAINING TIME

STORY MODE

YORUBA

Onirohin: "Opolopo eniyan lo wa ninu Carnival ti odun yii. Mo wa aladugbo ati alabasisepo pelu asia kan. Je ki n lo si oja awon agbe ki o pade die ninu awon eniyan nibe."

"Kaabo gbogbo eniyan, kaabo si Carnival Greenth 24, bawo ni o se wa loni?"

Oniriajo 1: "A n se daradara pupo; a gbadun gbadun isafihan yii."

Onirohin: "Inu mi dun gaan lati mo iyen. Se MO le beere lowo re nipa aso re? Kini akole naa?"

Oniriajo 1: "awa je omo orile-ede Naijiria, orile-ede ti o to eniyan milionu 190, ati pe awa ni asa ototo. Ni idahun si ibeere keji re, akole odun yii ni "irin-ajo eniyan."

Oniriajo 2: "Gbogbo wa ti jeri agbara iparun ti iji, nitorinaa a pinnu lati se iranlowo lati gbe igbega ati se awon ebun fun awon olufaragba."

ENGLISH

Reporter: "There are so many people at this year's carnival. I have seen my neighbor and a colleague with a flag. Let me go to the peasant area and talk to some people there."

"Hello everyone, welcome to the 24th Green Carnival, how are you today?"

Tourist 1: "We are doing very well; we are enjoying this exhibition."

Reporter: "I am very happy to know that I can ask you about your clothing? What is the theme?"

Tourist 1: "We are Nigerian citizens, a country with a population of almost 190 million, and we have a unique culture. In answering your second question, our theme this year is "humanity tourism."

Tourist 2: "We have all witnessed the destructive power of the hurricane, so we decided to help raise awareness and make donations for the victims."

Chapter 21

NUMBERS

Keywords : Number, one, two, three, four, five, six, seven, eight, nine, ten, eleven, hundred.

Okan	One
Meji	Two
Meta	Three
Merin	Four
Marun	Five
Mefa	Six
Meje	Seven
Mejo	Eight
Mesan	Nine
Mewa	Ten
Mokanla	Eleven
Mejila	Twelve
Metala	Thirteen
Merinla	Fourteen
Meedogun	Fifteen
Merindilogun	Sixteen
Metadinlogun	Seventeen
Mejidilogun	Eighteen
Osu Mesan	Nineteen
Meji	Twenty
Ogun-lokan	Twenty-one
Ogorun	One hundred
Oju karun	Fifth page
A ni awon oju-iwe mejo	We have eight pages
Mo ni dola merin.	I have four dollars.

TRAINING TIME

Meji	Twenty
Ogbon	Thirty
Merin	Forty
Ta ni nomba okan?	Who is the number one?
Eketa ni nomba alakoko	The third is the prime number
Arabinrin baba re ni awon ologbo meta	His aunt has three cats
Iyawobinrin mi keta ni	She is my third girlfriend
Maa duro.	I will wait.
Oun ni omo akoko re	He is her first child
Ibudo naa je mita meji si ibi lati ibi.	The station is two meters away from here.
Iwo ko fe ekan iresi keji	You don't want the second bowl of rice
Ewù awo pupa akoko re	His first pink shirt
Oun ni kefa ti awon omo meje	He is the sixth of seven children
O wa nibi ni wakati kefa dipo ti saaju	He came here at six o'clock instead of before
Satela kerin ni o dara fun u.	The fourth dish is suitable for him.
Kini awon orekunrin merin jeun?	What do four boyfriends eat?
O seun pupo!	Thank you very much!
Aadota tabi ogoji?	Fifty or forty?
Mo ni awon esin mejidilogun.	I have eighteen horses.
Lati odo si mewa	From zero to ten
Oun ni omokunrin kesan ninu idile yii.	He is the ninth boy in this family.
Omo mi ni odun mewa.	My son is ten years old.
Eniyan mokanla ni wa	We are eleven people
O ni omo mejila	He has twelve sons

TRAINING TIME

Idaji	Half
Mita	Meter
Mo ni owo die	I have some money
O ni omo-omo mejo.	He has eight grandchildren.
Mo ni awon ologbo metala	I have thirteen cats
Awon ibatan merinla	Fourteen cousins
Mo ti di omo odun medogun	I was fifteen years old
Awon wakati mejila to nbo	The next twelve hours
Kini idi ti o ko wa si ojo-ibi wa?	Why didn't you come to our sixth birthday?
Se tabili wa fun eniyan marun?	Is there a table for five people?
A ni apapo mejo	We have a total of eight
A de ipo kewa	We reached the tenth place
Iseju mewa	Ten minutes
Opolopo iye	High quantity
Omo odun metadilogun ni	He is only seventeen years old
Mo n keko lati mejo si mokanla	I am studying from eight to eleven
Mo mu tii ni ayika meta ni osan.	I drink tea around three in the afternoon.
Omo odun mejila, aja kan ti di arugbo	Twelve years old, a dog is old
Mo ni awon seeti funfun merinla.	I have fourteen white shirts.
Mo sun ni wakati kesan.	I slept at eleven o'clock.
A ni ogun esin	We have twenty horses
Won je awon eso die	They ate some apples
Okan kefa je meta	One sixth is three

O ti koja idaji mewa	It's half past ten

TRAINING TIME

Milionu	Million
Eniyan merin	Four people
Bata bata	A pair of shoes
Eyi je milionu dola kan	This is one million dollars
Arabinrin baba mi je ogoji odun.	My aunt is about forty years old.
Mo wa ni odun 1980.	I am in the 1980s.
Mo ka fun aadorun iseju.	I read for ninety minutes.
A toju akara oyinbo ni adiro fun iseju ogota	The cake is kept in the oven for sixty minutes
Keta	Third
Oni ni ojo keta	Today is the third day
Eyi ni idaji re	This is half of you
Lowolowo, o wa ni ipo kejo	Currently, he is ranked eighth
A ti n duro de bii aadota odun.	We have been waiting for about sixty years.
Mo fere to aadorin odun.	I am almost seventy years old.
Aadorin awon okunrin je adie	Seventy men eat chicken
Ose ti n bo ni ose mi to kehin.	Next week is my last week.
Nko ni idahun kankan.	I don't have any answers.
Won beere ni o kere ju milionu kan	They demand at least one million
Mita marun	Five meters
Egbeegberun ibuso	Thousands of kilometers
Meje ni nomba re	Seven is her number

TRAINING TIME

Ogorun kan ninu won dara pupo	One hundred of them are very good
Awon oluko marun	Five teachers
O ni egberun ore	You have a thousand friends
O je ojo-ori mi lemeeji	He is twice my age
Opolopo eniyan lo wa nibi.	There are many people here.
Elo ni o tobi ju u lo?	How much are you bigger than him?
Oko baba aburo mi kere	My uncle's car is small
Iyokuro mewa mewa dogba mefa	Ten minus four equals six
Arakunrin re ko kere ju marun	His brother is less than five
A ni to akoko	We have enough time
O ra aso die	She bought a few clothes
Kini idi ti opolopo eniyan ku?	Why do many people die?
A je idaji akara naa	We ate half of the bread
O je opolopo eja	He ate a lot of fish
Awon bata re je bulu	His shoes are blue
Mo ni ounje aaro ni mesan.	I have dinner at nine.
Bayi ni omo odun mejidilogun.	Now she is eighteen years old.
Se o ni nkankan ti o tobi julo?	Do you have something bigger?
Ojo keje ti Ose je ojo Satide	The seventh day of the week is Saturday
Ojo karun ojo karun ti osu	The fifth Sunday of the month
Awon oko ayokele funfun marun	Five white cars
Oluwanje naa ni ogoji kilo ti eran	The chef has forty kilograms of meat

Irin-ajo kesan re si fifuye	Her ninth trip to the supermarket
Odun ogbon lehinna nigbamii a wa ni ilu kanna	Thirty years later we are in the same city
Ogun idile lo wa nibi	Twenty families live here
Iru ogbon-mefa iru ora lati Esia	Thirty-six kinds of oranges from Asia
Maria ni awon penguinsin ogoji ati merin	Maria has forty-four penguins
Eniyan ogbon-marun eniyan lati Ilu Italia	Thirty-five people from Italy
Femi ni awon eranko merinlelogoji	Femi has forty-three animals
Okunrin yi li eni ogota odun.	This man is sixty years old.
Arabinrin mi je omo odun mokanla	My girlfriend is nineteen years old
Lale oni, o wa ni ipo keje.	Tonight, he is ranked seventh.
Mo ni kofi kekere ni osan.	I have a little coffee in the afternoon.
Omo mi je merindilogun	My son is sixteen
O ni egberun meji awon iwe	She has two thousand books
Eyi je bata to dara	This is a good pair of shoes
Ilu naa ni olugbe ti milionu meji	The city has a population of two million

TRAINING TIME

STORY MODE

YORUBA

"Se o le ranti ohun ti a kekoo lana?" Tolu so.

"Ti o ba le se, idaji ise mi ni yoo see se. Ti o ko ba le se, o ye ki o sise lile ti o ba fe se idanwo naa."

"Beeni, Mo le." Seyi so

"Nla! Je ki a tesiwaju."

"Meji pelu meji je merin, meta pelu okan je merin, okan pelu meta je merin, mejo pin nipase awon dogba merin je merin."

"O dara pupo, je ki a san ifojusi si won ni bayi, bere pelu mefa. Se o le so fun mi nipa nomba mefa?" Tolu so.

"Mefa pelu okan je meje, mefa pelu meta je mesan, mefa pelu merin je mewa, mefa pelu meje je metala, mefa pelu mejo je merinla, mefa pelu mewa je merindilogun."

"Ise to dara. Bayi dahun awon ibeere wonyi. Ti Mo ba ni awon egeb merinla merin lori Snapchat, ati pe won ni awon egeb medogun lori Instagram, ¿kini apapo ti awon onijakidijagan meji wonyi?"

"Awon egeb onijugbalelogun," Seyi dahun.

ENGLISH

"Can you remember what we learned yesterday, Seyi?" said Tolu.
"If you can, half of my work will be done. If you can't, you should work harder if you want to pass the exam."
"Yes, I can." Seyi said.
"Great! Let's continue."
"Two plus two is four, three plus one is four, one plus three equals four, eight divided by two equals four."
"Very good, let us pay more attention to them now, starting with the sixth. Can you tell me about the sixth?" Tolu said.
"Six plus one equals seven, six plus three equals nine, six plus four equals ten, seven plus six equals thirteen, six plus six equals twelve, six plus four equals ten."
"Good job Seyi. Now answer these questions. If I have 14 fans on Snapchat, and you have fifteen, what is the sum of these two fans?"
"Twenty-nine fans," Seyi replied.

10 20 30 40 50 60 70 80 90 100

END OF BOOK ONE

For the complete experience, please get the second and third book in the series

#THESIMPLEWAYTOLEARNYORUBA

For updates on the next book, we're available on twitter as the @BadCreativ3, and on facebook
www.facebook.com/BadCreativ3

OTHER BADCREATIVE BOOKS

The Simple Way To Learn French

The Simple Way To Learn Spanish

The Simple Way To Learn Italian

Thank you for reading, and we hope you'd be kind enough to drop us a review on our amazon page.